மலைக்க வைக்கும்
மௌரியப் பேரரசு

குன்றில்குமார்

அழகு பதிப்பகம்
15/21, டீச்சர்ஸ் கில்டு காலனி,
2வது தெரு, இராஜாஜி நகர் விரிவு,
வில்லிவாக்கம், சென்னை - 600 049
தொலைபேசி : 044 - 2650 2086 / 9444191256
email : shankar_pathippagam@yahoo.com
web : www.shankarpathippagam.in
www.bookthagam.com

மலைக்க வைக்கும் மௌரியப் பேரரசு / Malaikka Vaikkum Maurya Perrasu

குன்றில்குமார் / Kundril Kumar

பதிப்பு : 2020

விலை : ₹ 160/--

மொத்த பக்கங்கள் : 168

வெளியிட்டோர் : அழகு பதிப்பகம்,
15/21, டீச்சர்ஸ் கில்டு காலனி,
2வது தெரு, இராஜாஜி நகர் விரிவு
வில்லிவாக்கம்,
சென்னை-600 049
தொலைபேசி : 044 - 2650 2086 /
9444191256

ஒளி அச்சு : பாலா கிராஃபிக்ஸ்

முன் அட்டை : பழனி & லதா

அச்சிட்டோர் : எம்.கே.கிராபிக்ஸ்,
சென்னை - 600 021

என்னுரை

இந்தியாவை ஆட்சி செய்த பண்டைய அரச வம்சத்தில் மௌரியப் பேரரசு குறிப்பிடத் தக்கது.

பரப்பளவில் மட்டுமல்லாமல் அரசியல், படைபலம் என்று அனைத்து அம்சங்களிலும் தன்னிறைவு பெற்ற அரசாக விளங்கியது.

தற்போதை பீகார் மற்றும் வங்காள மாநிலங்களை உள்ளடக்கிய மகத நாட்டை ஆட்சி செய்த வலிமையான அரசு.

பாடலிபுத்திரத்தைத் தலைநகராகக் கொண்டு ஆண்ட மௌரியப் பேரரசின் மன்னர்கள் சந்திர குப்த மௌரியரும், அசோகச் சக்ரவர்த்தியும் இன்றும் புகழப்பட்டு வருபவர்கள்.

மௌரியர்களின் முக்கிய கலைச் சின்னங்கள் சாரநாத் சிம்மத் தூண் மற்றும் சாஞ்சி ஸ்தூபி.

வரலாற்றுச் சிறப்புமிக்க மௌரியர்களின் ஆட்சியைப் படித்துத் தெரிந்து கொள்வது அவசியம்.

குன்றில்குமார்

பதிப்புரை

மௌரியர்களின் நீண்ட நெடிய ஆட்சியில் தவிர்க்க முடியாதவர் கௌடில்யர் என்னும் சாணக்கியர்.

நந்த வம்சத்து அரசவையில் தனக்கு நேர்ந்த மிகப் பெரிய அவமானத்திற்குப் பழி தீர்க்க நினைத்து சந்திரகுப்தருக்கு அநேக சாணக்கியத் தனங்களைக் கற்றுக் கொடுத்து நந்தர்களைப் பழி தீர்த்தார்.

மௌரிய ஆட்சிக்கு அடித்தளம் அமைத்த பெருமையும் சாணக்கியருக்கே உண்டு.

கௌடில்யர் அரசியல் கருத்துக்களைக் கொண்ட அர்த்தசாஸ்திரம் நூல் இன்றைய காலக்கட்டத்திற்கும் ஏற்புடையதாக இருப்பது ஆச்சரியம்.

கிரேக்கப் பயணியும், புவியியலாளருமான மெகஸ்தனிஸ் சந்திரகுப்தரின் அரசவையில் கிரேக்க தூதுவராக இருந்ததும் குறிப்பிடத் தக்கது.

இன்னும் பல அரிய வரலாற்றுக் குறிப்புகள் இந்நூலில்

பதிப்பாசிரியர்

உள்ளே..

இந்தியாவின்
மிக நீண்ட நெடுஞ்சாலை
ராஜ பாதை என்னும் பெயரில்
கி.மு. 3ஆம் நூற்றாண்டில்
சந்திரகுப்த மௌரியரால்
உருவாக்கப்பட்டது.
கிழக்கே
வங்காள தேசத்தின்
சிட்டகாங்கில் தொடங்கி
கங்கை நதி ஓரமாக நீண்டு வளைந்து
கைபரைச் சென்றடைந்து
ஆப்கானிஸ்தானின்
காபூல் வரை
நீண்டிருந்தது.

1 நந்த வம்சம்

மௌரியப் பேரரசு இந்தியாவின் வலிமை வாய்ந்த அரசாக விளங்கியது. ஒரு நூற்றாண்டுக்கும் மேலாக இந்தியத் துணைக் கண்டத்தின் கிழக்கே கங்கை சமவெளியில் தற்போதைய பீகார், வங்காளம் ஆகிய மாநிலங்கள் உள்ளடக்கிய மகத நாட்டை அடிப்படையாகக் கொண்டு ஆட்சி செய்தது இப்பேரரசு.

மகத நாடு பற்றி பழைய சமஸ்கிருத நூல்களில் குறிப்பிடப்பட்டுள்ளது. பதினாறு மகாஜனபத நாடுகளில் மகத நாடு ஒன்றாக விளங்கியது. இதை 'மகதம்' என்றும் அழைத்தனர்.

இதன் முக்கிய நிலப்பகுதி கங்கை நதிக்குத் தெற்கே அமைந்துள்ள பீகார் மாநிலப் பகுதியாகும். தலைநகரம் ராஜகிருகம்.

கிழக்கு உத்தரப்பிரதேசம், பீகாரின் பெரும் பகுதி, வங்காளம், மத்தியப் பிரதேசத்தின் பகுதிகள் ஆகியவற்றை உள்ளடக்கியதாக மகதம் விளங்கிற்று.

இராமாயணம், மகாபாரதம், புராணங்கள் ஆகியவற்றில் மகத நாடு பற்றிய குறிப்புக்கள் காணப்படுகின்றன.

பௌத்த, சமண நூல்களிலும் மகதம் பற்றிப் பெருமளவு குறிப்புக்கள் உள்ளன.

மகதம் பற்றிய மிகப் பழைய குறிப்பு அதர்வண வேதத்தில் காணப்படுகின்றது.

மகத நாட்டில் கி.மு. 600 முதல் 413 ஆண்டு வரை ஹரியங்கா வம்சத்தைச் சேர்ந்தவர்கள் ஆட்சி செய்தனர். பாட்டியா, பிம்பிசாரன், அஜாத சத்ரு, உதயபத்ரா, அனுருத்திரா, முண்டா, நாகாதசகா ஆகிய மன்னர்கள் இந்த வம்சத்தைச் சேர்ந்தவர்கள்.

அதன்பிறகு சிசுநாக வம்சத்தைச் சேர்ந்தவர்கள் கி.மு. 413 முதல் 345ஆம் ஆண்டு வரை ஆட்சி அதிகாரத்தில் இருந்தனர். சிசுநாகன், காகவர்ண காலசோகா, மகாநந்தன் ஆகியோர் இந்த வம்சத்தின் மன்னர்களாக இருந்தனர்.

பின்னர் நந்த வம்சம் ஆட்சி செய்தது. கி.மு. 345 முதல் 321 ஆம் ஆண்டு வரை நடந்தது. மகாபத்ம நந்தன், பந்துகா, பங்குபதி, புதபால, ராஷ்டிரபால, கோவிசங்கா, தசசித்காக, கைவர்தா, தன நந்தன் ஆகியோர் ஆட்சி புரிந்தனர்.

அதன்பின்னர் மௌரியர் வம்சம் ஆட்சி புரிந்தது. கி.மு. 322 முதல் 185ஆம் ஆண்டு வரை இவர்களின் ஆட்சி நீடித்தது. சந்திரகுப்த மௌரியர், பிந்துசாரர், அசோகர் ஆகியோர் மௌரியப் பேரரசு மன்னர்களாக விளங்கினர்.

இத்தனை முக்கியத்துவம் வாய்ந்த மகத நாட்டை மௌரியப் பேரரசு ஆட்சி செய்தது. அப்போது அதன் தலைநகரம் பாடலி புத்திரம். இப்போதைய பீகார் மாநிலத்தின் தலைநகர் பாட்னா விற்கு மிக அருகில் இருந்தது.

அரசியல், படை பலம் ஆகியவற்றில் வலுவாக விளங்கியது மௌரிய வம்சத்தினரின் ஆட்சிக் காலம்.

கி.மு. 321ஆம் ஆண்டு சந்திரகுப்த மௌரியர் என்பவரால் இப்பேரரசு உருவாக்கப்பட்டது.

மௌரியப் பேரரசின் வரலாற்றைப் புரட்டிப் பார்ப்பதற்கு முன்பாக அவர்களுக்கு முன்னால் வலுவாக ஆட்சி பீடத்தில் அமர்ந்திருந்த நந்த வம்சத்தைப் பற்றி சுருக்கமாகத் தெரிந்து கொள்ள வேண்டும்.

சிசுங்க மரபைச் சேர்ந்த மன்னர் மகாநந்தி. இவர் சத்திரிய குலத்தைச் சேர்ந்தவர். இவரது அன்னை சூத்திரர் ஆவார்.

இவ்வாறு முறையற்ற குலத்தைச் சேர்ந்த இந்தத் தம்பதியருக்குப் பிறந்தவர் மகாபத்ம நந்தர். இவர்தான் நந்த வம்சத்தைத் தோற்றுவித்தவர். இவர் 'ஏகரதன்' என்ற பட்டத்தை சூட்டிக் கொண்டார் என்பது குறிப்பிடத்தக்கது.

மகாபத்ம நந்தர்

ஒரு நாவிதருக்கும், ஒரு கணிகைப் பெண்ணுக்கும் பிறந்தவன் மகாபத்ம நந்தன் என்கிறது சமண நூலாகிய பரிஸ்தவபர்வ. நந்தப் பேரரசை நிறுவியவர் மகாபத்ம நந்தர்.

நாவிதன் மகாநந்திக்கும், ஒரு சூத்திரப் பெண்ணுக்கும் பிறந்தவனே நந்த வம்சத்தை நிறுவிய மகாபத்ம நந்தர் என்று புராணங்கள் சொல்கின்றன.

மகாபத்ம நந்தர் 'நாவீததாசன்' என்கிறது அவாங்யக சூத்ரம்.

மகாவம்சம் உள்ளிட்ட பௌத்த நூல்கள் நந்தர்களை 'அனாதகுலத்தவா' என்று கூறுகின்றன.

'நந்தர்களின் ஆட்சியை நிறுவியவர் ஒரு தாழ்ந்த குலத்தைச் சேர்ந்தவர்' என்கிறார் கர்டியஸ் என்ற கிரேக்க அறிஞர்.

மொத்தத்தில் நாவிதருக்கும், கணிகைக்கும் பிறந்தவர் மூலம் அரசும், நந்த வம்சமும் அமைவதனால் நந்தர்கள் தாழ்ந்த குலத்தவர்கள் என்ற செய்தியை வரலாறு நமக்குத் தருகிறது.

மகாபத்ம நந்தர் 88 வயது வரை உயிர்வாழ்ந்து ஆட்சி அதிகாரம் செலுத்தினார். எனவே நூறு ஆண்டுகள் வரை நிலைத்திருந்த நந்த வம்ச ஆட்சியில் பெரும்பகுதி இவரது ஆட்சி காலத்திற்குள் அடங்குகிறது.

ஆனால் கி.மு. 345 முதல் 321ஆம் ஆண்டு வரை நந்த வம்சத்தின் ஆட்சி நடைபெற்றதாக பௌத்த நூலான மகாவம்சம் தெரிவிக்கிறது.

எனினும் வேறு சில வரலாற்று நூல்கள் கி.மு. 5ஆம் நூற்றாண்டு முதல் 4ஆம் நூற்றாண்டு வரை நந்த வம்சத்தின் ஆட்சி நடைபெற்றதாகக் கூறுகிறது.

எது எப்படியோ, சிசுங்க மரபினரிடம் இருந்து ஆட்சியைக் கைப்பற்றிய நந்தர்கள் சத்திரிய குலத்தைச் சாராதவர்களாக இருந்த னர். அதாவது வட நாட்டை ஆட்சி செய்த சத்திரியர் அல்லாத அரச மரபினருள் இவர்களே முதலாமவர்களாக விளங்கினர்.

நந்த அரச மரபின் முதல் மன்னரான மகாபத்ம நந்தர் சத்திரியர்களைக் கொன்று குவித்து அழித்ததாகச் சொல்லப் படுகிறது.

இச்வாகு மரபினர், பாஞ்சாலம், காசி நாடு, ஹேஹேய நாடு, கலிங்க நாடு, அஸ்மகம், குரு நாடு, மைதிலியர், சூரசேனம்,

விதிகோத்திரர் போன்ற நாடுகளை வெற்றி கொண்டார் மகாபத்ம நந்தர்.

தனது நாட்டை தக்காணத்துக்குத் தெற்குப் பகுதி வரை விரிவாக்கிய பெருமை இந்த மன்னருக்கு உண்டு.

இந்தியாவின் முதல் வலிமையான பேரரசை கட்டி எழுப்பிய பெருமைக்குரியவர்கள் இவர்களே என்றும் சொல்லப்படுகிறது.

சிசுங்க மரபினரிடம் இருந்து மகத நாட்டின் ஆட்சியைப் பெற்றுக்கொண்ட நந்தர்கள் தங்களின் கடுமையான உழைப்பால் அதை மேலும் விரிவுபடுத்தினார்கள்.

நந்தப் பேரரசு உச்சத்தில் இருந்தபோது அதன் ஆட்சிப் பகுதி தற்போதைய பீகாரில் இருந்து மேற்கே வங்காளம் வரை பரந்து விரிந்திருந்தது.

மகத நாட்டை நந்த வம்சத்தின் கடைசி மன்னரான தன நந்தன் ஆட்சி செய்தபோது கி.மு. 326ஆம் ஆண்டு மாவீரர் அலெக்சாண்டர் சிந்து நதியைக் கடந்து இந்தியாவின் மீது படையெடுத்தார். இந்திய தேசத்தின் மீது படையெடுத்த முதல் ஐரோப்பியரும் இவரே.

அலெக்சாண்டர் மாவீரர்தான். அதில் மாற்றுக் கருத்துக்கு இடமே கிடையாது.

ஆனால் அதற்காக அலெக்சாண்டர் படை வீரர்கள் எல்லோரும் மாவீரர்களாக இருக்க வேண்டும் என்பதில்லையே!

இந்து அரசர் போரஸின் 30 யானைப் படையைக் கண்டே நடுநடுங்கியது அலெக்சாண்டரின் படை. அதற்கு முக்கியக் காரணம் ஒன்றும் உண்டு. அதாவது ஐரோப்பாவில் அப்போது யானையை நேரில் பார்த்தவர்களே கிடையாது. யானையைப் பற்றித் தெரிந்து வைத்திருந்தார்கள் அவ்வளவே.

இங்கே இந்தியாவில் போரஸ் மன்னரின் யானையைப் பார்த்த அந்த வீரர்கள் மிரண்டு போனார்கள். கரிய மலைகள் அணி திரண்டு வந்ததைப்போல முப்பது யானைகளும் போர் முனையில் வந்ததைப் பார்த்ததும் அவர்கள் நடுங்கித்தான் போய் விட்டார்கள்.

அப்படிப்பட்ட போர் வீரர்கள் தன நந்தனின் 6 ஆயிரம் யானைப் படையைப் பார்த்தால் என்ன செய்வார்கள்?

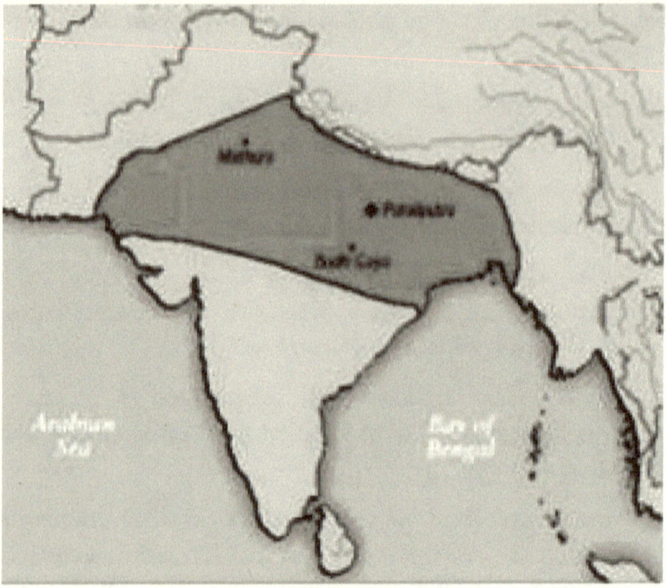

நந்தர்களின் ஆட்சிப் பரப்பு

புறமுதுகிட்டு ஓடாமல் எதிர்த்து நின்றா போரிடுவார்கள்?

அப்படித்தான் அலெக்சாண்டர் படை தன நந்தனின் படையோடு மோத முடியாமல் திணறியது.

மகா போதிவம்ச நூலில், தன நந்தன் என்பவர்தான் நந்த வம்சத்தின் கடைசிப் பேரரசர் என்று குறிப்பிடப்பட்டுள்ளது. கி.மு. 329 முதல் 321ஆம் ஆண்டு வரை எட்டு ஆண்டுகள் இவர் ஆட்சி செய்தார்.

கிரேக்க வரலாற்று ஆய்வாளர் புளூட்டாக், 'மகாபத்ம நந்தரின் ஒன்பது மகன்களில் தன நந்தனும் ஒருவர்' என்று குறிப்பிட்டுள்ளார்.

கிரேக்கம் மற்றும் இலத்தீன் நூல்களில் இவர் பெயர் சான்ட்ராமேஸ் என்றும், அக்ராமேஸ் என்றும் குறிப்பிடப் பட்டுள்ளன.

தன நந்தன் மக்களுக்கு நல்லாட்சி வழங்கவில்லை என்றும், மக்களைக் கொடுமைப்படுத்தியதாகவும், அதனால் மக்களின்

வெறுப்பைச் சம்பாதித்தார் என்றும் சந்திரகுப்த மௌரியர் கூறியதாக புளூட்டாக் தமது நூலில் தெரிவித்துள்ளார். அதனால் தான் தன நந்தனைத் தன்னால் வெற்றி கொள்ள முடிந்தது என்றும் அவர் கூறியதாக நூலில் தெரிவிக்கப் பட்டுள்ளது.

இந்தியாவின் முதல் பேரரசை உருவாக்கிய பெருமை நந்த வம்சத்தினருக்கே உண்டு. தன நந்தனின் ஆட்சிக் காலத்தில் 2 லட்சம் பேர் கொண்ட பெரும் காலாட் படை உருவாக்கப் பட்டது. அத்துடன் 2 ஆயிரம் தேர்ப்படை, 3 ஆயிரம் யானைப் படை என்று மிகப் பெரும் படையைத் தோற்றுவித்து பெரும் வல்லரசாகத் தங்கள் நாட்டை மாற்றினார் என்கிறார் கிரேக்க வரலாற்று ஆசிரியர் டையடோரஸ்.

ஆனால் புளூடார்க் என்பவர் தமது நூலில், 'நந்தர்களின் படைபலம் இதைவிட இன்னும் பெரியதாகும்' என்று குறிப்பிட்டுள்ளார். அதாவது தனநந்தனின் பெரிய போர்ப்படையில் 2 லட்சம் பேரும், 80 ஆயிரம் குதிரைப்படையும், 8 ஆயிரம் தேர்ப்படையும், 6 ஆயிரம் யானைப்படையும் இருந்ததாக இந்நூல் தெரிவிக்கிறது.

மக்களிடம் ஈவிரக்கமின்றி நடந்து கொண்ட தன நந்தன், அவர்களை மிரட்டி நிறைய வரிகளை விதித்து, ஏராளமான பணத்தைப் பறித்தார்.

பெரும் செல்வத்தைச் சேர்த்துவிட்டாலும் மக்களிடம் சிறிதும் நற்பெயர் இல்லாமல், கடுமையான எதிர்ப்பை வேறு வாங்கிக் கொண்டார்.

மாமூலனார் என்னும் சங்ககாலத் தமிழ்ப் புலவர் தன் பாடலில், 'நந்தன் என்னும் இந்த வமிசத்து அரசன் தன் செல்வத்தைக் கங்கையாற்றில் மறைத்து வைத்திருந்தான்' என்று குறிப்பிட்டுள்ளார்.

இங்கே நந்தன் என்பது 'தன நந்தன்' என்றே கொள்ளலாம்.

தனநந்தனின் மகனும், இளவரசருமான சௌரிய நந்தனுக்கு கலிங்க நாட்டின் இளவரசி தமயந்தியை மணமுடித்தனர்.

தன நந்தனின் ஆட்சிப் பரப்பு, பண்டைய பரத கண்டத்தின் கிழக்கில் வரலாற்று கால வங்காளம் முதல் மேற்கில் மத்திய இந்தியா வரையும், வடக்கில் நேபாளம் முதல் தெற்கில் விந்திய மலைத்தொடர் வரையும் பரவியிருந்தது.

தன நந்தனின் அமைச்சரவையில் பாண்டு, சுபாண்டு, குபேரன் மற்றும் சகதலா என்னும் நான்கு அமைச்சர்கள் இருந்தனர். இந்த அமைச்சர்களில் சகதலா என்பவருக்கு தன நந்தனின் கருவூலத்தைச் சூறையாடிய குற்றத்திற்காக கடுமையான தண்டனை விதிக்கப்பட்டது.

இதனால் கோபமுற்ற அமைச்சர் சகதலா, தன நந்தனை வீழ்த்த கௌடில்யரின் உதவியை நாடினார். கௌடில்யர் அபார அறிவு படைத்த பிராமணர். சாணக்கியர் என்று அழைக்கப் படுபவரும் இவரே.

நந்த வம்சத்தின் கடைசி மன்னரான தன நந்தனுக்கும், கௌடில்யருக்கும் இடையே ஏற்பட்ட முரண்பாட்டின் விளைவினால்தான் நந்த வம்சத்தவர்களின் ஆட்சி முடிவிற்கு வந்தது என்கிறது வரலாறு.

சாணக்கியரின் புத்திசாதுர்யத்துடன் தன நந்தனை வென்றார் சந்திரகுப்த மௌரியர்.

தன நந்தனின் இறப்பிற்கான காரணம் மிகத் துல்லியமாகத் தெரியவில்லை. என்றாலும் கௌடில்யரைப் பகைத்துக் கொண்ட ஒரே காரணத்தினால்தான் அரச வம்சத்தைச் சாராத இருபது வயதே ஆன சந்திரகுப்த மௌரியரால் தன நந்தன் தோற்கடிக்கப்பட்டார் என்பது மட்டும் தெளிவான உண்மை.

சாணக்கியரின் துணையுடன் தன நந்தனைக் கொன்று நந்தப் பேரரசின் தலைநகரம் பாடலிபுரத்தை சந்திரகுப்த மௌரியர் கைப்பற்றினார் என்கிறது வரலாறு.

அலெக்சாண்டருக்குப் பின்னால் வந்த கிரேக்கர்களையும் வென்று சாதனை படைத்தவர் சந்திரகுப்தர். 'இந்தியாவின் ஜூலியஸ் சீசர்' என்றும் அழைக்கப்பட்டார்.

மௌரிய வம்சத்தின் முதல் மன்னர் சந்திரகுப்தர். மௌரியர் களின் ஆட்சி சிறந்த நிர்வாகத்தையும், சீரிய படையையும் கொண்டு விளங்கியது. மக்கள் நலனில் மிகுந்த அக்கறையோடு செயல்பட்டதால் இன்றும் புகழோடும் சிறப்போடும் பேசப்பட்டு வருகிறது.

2 சாணக்கியர்

கௌடில்யர் என்பது இவரது இயற்பெயர். சாணக்கியர் என்றும், விஷ்ணு குப்தர் என்றும் அழைக்கப் பட்ட இவர் 'இந்திய மேக்கியவல்லி' என்றும் அழைக்கப்பட்டார். இத்தாலி யைச் சேர்ந்த மிகப் பெரிய சிந்தனை யாளர் மேக்கிவல்லி. பிரின்ஸ் என்னும் புகழ்பெற்ற நூலை எழுதியவர் மேக்கி வல்லி. அவருடன்தான் சாணக்கியர் ஒப்பிடப்படுகிறார்.

இவரது பூர்வீகம் கேரளா என்று அறியப்படுகிறது.

சாணக்கியர் ஓர் தத்துவஞானி.

பொருளாதார நிபுணர்.

அரசியல் வல்லுநர்.

நீதிபதி.

அரச ஆலோசகர்.

தக்ஷசீலப் பல்கலைக் கழகத்தில் பேராசிரியராகப் பணியாற்றியப் பெருந்தகை.

'அர்த்தசாஸ்திரம்' என்னும் அழியா நூலை எழுதிய வித்தகர். அத்துடன் 'சாணக்கிய நீதி' என்னும் புத்தகத்தையும் எழுதியுள்ளார்.

நிதி மற்றும் நிதிக் கொள்கைகள், நலத்திட்டங்கள், சர்வதேச உறவுகள், போர் உத்திகள் போன்றவற்றைப் பற்றி விரிவாக எடுத்துரைக்கிறது அர்த்தசாஸ்திரம் நூல்.

ஆட்சியாளரின் அனைத்துக் கடமைகளையும் முழுமை யாகக் கோடிட்டுக் காட்டுகிறது.

சாணக்கிய நீதி என்பது பல்வேறு சாஸ்திரங்களில் இருந்து சாணக்கியரால் தேர்ந்தெடுக்கப்பட்ட சூத்திரம், மணிமொழி, முதுமொழி என்பதே பொருத்தமானது.

இந்தியாவின் அரசியல் விஞ்ஞானம் மற்றும் பொருளாதாரம் ஆகிய துறைகளின் முன்னோடியாகக் கருதப்படுகிறார்.

குப்த சாம்ராஜ்யத்தின் முடிவில் இவரது படைப்புகள் பொலி விழந்த போதிலும் இருபதாம் நூற்றாண்டின் பிற்பகுதியில் மீண்டும் புழக்கத்திற்கு வந்து இன்றும் நிலைத்து நிற்கின்றன.

பிராமண குடும்பத்தில் பிறந்த சாணக்கியர், பிறக்கும்போதே பற்களுடன் காட்சியளித்தார்.

இவரது வீட்டிற்குத் தானம் கேட்டுவந்த துறவி ஒருவர் குழந்தையாக இருந்த சாணக்கியரின் பற்களைப் பார்த்து வியந்துபோனார்.

சாணக்கியரின் தந்தையிடம், "இக்குழந்தை உலகே வியக்கும் வண்ணம் அரும்பெரும் சாதனைகளைப் படைக்கும். மன்னராகவும் விளங்கும்" என்று மொழிந்தார்.

ஆனால் சாணக்கியரின் தந்தைக்கோ அது பிடிக்கவில்லை. தனது குழந்தை நன்றாகப் படித்து, வேத சாஸ்திரங்களைக் கற்று நற்பெயர் பெற்று விளங்க வேண்டும் என்பதுதான் ஆசை.

மேலும் அந்தணர்கள் நாடாளுவது முறையற்றது என்றும் அவர் நினைத்தார்.

எனவே அவர் வேறுவிதமாகச் சிந்தித்தார்.

தனது மகனின் பற்களை உடனே பிடுங்கி எறிந்துவிட்டார்.

இதைப் பார்த்த அந்தத் துறவி, "பரவாயில்லை, உன் குழந்தை மன்னராக ஆகாவிட்டாலும் மகத்தான ஆட்சி ஒன்றை நியமிக்கும் வல்லமை பெற்றவனாக விளங்கும்" என்று ஆரூடம் கூறினார்.

சாணக்கியரின் தந்தைக்கு அதுவும் வயிற்றைக் கலக்கியது. தனது மகனை மிகவும் கவனமாக வளர்த்தார். பழங்காலத்தில் சிறந்து விளங்கிய தட்சசீல பல்கலைக்கழகத்தில் படிக்க வைத்தார். நாட்டின் பிரிவினைக்குப் பிறகு இந்தப் பல்கலைக் கழகம் பாகிஸ்தான் வசம் சென்றுவிட்டது.

ஒருமுறை மகத நாட்டிற்குச் சென்ற சாணக்கியர் அங்கு பேரரசர் தன நந்தன் பிராமணர்களுக்கு ஆண்டுதோறும் விருந்து படைப்பதைப் பற்றி அறிந்தார். அவ்வாறான விருந்து அந்த ஆண்டும் நடைபெற இருந்ததால் அதில் தானும் கலந்துகொள்ள ஆவலுற்றார்.

பாடலிபுத்திர அரண்மனை நோக்கி நடக்க ஆரம்பித்தார் சாணக்கியர்.

உள்ளே பிராமணர்களை மட்டுமே அனுமதித்துக் கொண்டிருந்த வாயிற்காவலன், இவரை ஒரு மாதிரியாகப் பார்த்தான்.

அதற்குக் காரணமும் இருந்தது.

சாணக்கியர் கறுப்பு நிறமானவர். குள்ளமாகவும் அழகற்றும் காட்சியளித்தார். முரட்டு நூலால் தைக்கப்பட்ட கந்தல் ஆடை வேறு.

"இங்கே பிராமணர்களுக்கு மட்டுமே அனுமதி உண்டு. உங்களைப் போன்ற பிச்சைக்காரர்களுக்குக் கிடையாது" என்று அவரை உள்ளே அனுமதிக்க மறுத்தான்.

அவனை நக்கலாகப் பார்த்த சாணக்கியர், தானும் பிராமணன்தான் என்பதற்கான அடையாளத்தை அவனிடம் காண்பித்தார்.

அதைப் பார்த்து வாயிற்காப்பாளன் குழப்பமானான். அவரை அனுமதிப்பதா, வேண்டாமா என்று அவனால் முடிவெடுக்க முடியவில்லை.

அப்போது விருந்து அரங்கத்திற்கு வருவதற்காக மன்னர் தன நந்தன் பல்லக்கில் வந்தார். யாரோ ஒரு பரதேசி தோற்றத்தில்

இருப்பவரோடு வாயிற் காவலன் விவாதித்துக் கொண்டிருந்ததைப் பார்த்து பல்லக்கை அங்கே நிறுத்தச் சொன்னார்.

விபரத்தைக் கேட்டறிந்தார்.

"பரதேசி போல இருக்கும் உன்னைப் போன்றவர்களுக்கு எல்லாம் உள்ளே இடம் கிடையாது. பிரச்சனை செய்யாமல் திரும்பிப் போய்விடு" என்றார் தன நந்தன்.

அதைக்கேட்ட சாணக்கியர், "யார் பரதேசி? நான் யார் தெரியுமா? தட்சசீல பல்கலைக்கழகத்தில் சிறந்த அறிஞர் பட்டம் பெற்றவன். கௌடில்யர் எனது பெயர். சாணக்கியர் என்றும் அழைப்பார்கள். பேரறிவு படைத்த பிராமணன். எனக்கு உள்ளே அனுமதி இல்லை என்று எப்படி மறுக்கலாம்?'' என்று கோபத்தோடு கேட்டார்.

"உள்ளே போயிருக்கும் பிராமணர்களைப் பார்த்தாய் அல்லவா? அவர்கள் உன்னைப்போலவா இருக்கிறார்கள்? நல்ல உடை உடுத்தி எத்தனை அழகாகவும் கம்பீரமாகவும் இருக்கிறார் கள். பார்த்தாய் தானே? அவர்களோடு நீயும் சரிசமமாய் எப்படி அமர்ந்து விருந்துண்ண முடியும்? மரியாதையாக வெளியே போய் விடு" என்றார் மன்னர்.

அதைக் கேட்டதும் இன்னும் அதிகக் கோபம் கொண்ட சாணக்கியர், "உருவத்தையும் உடையையும் பார்த்து மதிப்பிடாதே மன்னா. என் அறிவுக்கு இணையாக அங்கு எந்தப் பிராமண னாவது இருப்பதை நிரூபித்தால் நான் இந்த நாட்டை விட்டே போய் விடுகிறேன்" என்று விவாதித்தார்.

"நீ இந்த அளவிற்கு அறிவைப் பற்றிப் பேசுவதால் போனால் போகிறது என்று விடுகிறேன். இந்தப் பரதேசிக்கு மண் சட்டியில் சாப்பாடு போட்டு அனுப்புங்கள்" என்று முடிவாகக் கூறிவிட்டு உள்ளே சென்றுவிட்டார் மன்னர் தன நந்தன்.

அதைக்கேட்டு அங்கு நின்றிருந்தோர் அனைவரும் கிண்டலாய்ச் சிரித்தார்கள்.

அவர்களின் ஏளனச் சிரிப்பை மிகப் பெரிய அவமானமாக நினைத்தார் சாணக்கியர்.

"மக்களை வாட்டிவதைத்து அனைவரின் வெறுப்பையும் சம்பாதித்துவிட்ட மகத நாட்டின் மன்னா! உன்னை இந்த மன்னர் பதவியில் இருந்து துரத்தியடிக்கும் வரை இதோ என்

அவிழ்த்த கூந்தலை முடிக்கப் போவதில்லை. இது என் சபதம்" என்று கர்ஜித்தபடியே தனது குடுமியை அவிழ்த்தார் சாணக்கியர்.

இந்த அந்தணனின் சபதம்தான் 'சாணக்கிய சபதம்' என்று இன்றும் பெருமையாகப் பேசப்பட்டு வருகிறது.

அவமானமும் கோபமும் அடைந்த நிலையில் பழிவாங்கிடும் உறுதியுடன் அங்கிருந்து வெளியேறினார் சாணக்கியர் என்னும் கௌடில்யர். அவரைப் பார்த்து அங்கிருந்த நந்தர்களும் மற்றவர் களும் கைகொட்டிச் சிரித்தார்கள். எள்ளி நகையாடினார்கள்.

கௌடில்யர் பார்ப்பதற்கு சாதாரணத் தோற்றத்துடன் தெரிந்தாலும் அவர் மிகமிகத் திறமைசாலி. ராஜதந்திரக் கலையில் வல்லவர். அதனால்தான் அவர் 'சாணக்கியர்' என்று அழைக்கப் படுகிறார்.

நந்த வம்ச ஆட்சிக்கு மிகப் பெரிய முற்றுப்புள்ளியை வைப்பது எப்படி என்ற சிந்தனையோடு நடக்க ஆரம்பித்தார். அவர் மனதில் அந்த ஒரு சிந்தனை மட்டுமே நல்ல அடித்தளம் அமைத்து அமர்ந்திருந்தது.

■■■■■■■■■

சாணக்கியர்

எனவே எங்கே செல்ல வேண்டும் என்ற எந்தவிதமான நோக்கமும் இல்லாமல் நடந்து கொண்டே இருந்தார். ஒரு காட்டுப் பகுதியை அடைந்தார்.

அதற்குள்ளும் தனது தந்திர மூளையைக் கசக்கிப் பிழிந்த வாறு நடந்தார்.

மரங்கள் அடர்ந்த பெருங்காடாக இருந்தபோதிலும் வெயில் சுட்டெரித்துக் கொண்டிருந்தது. உஷ்ணம் தாங்கமுடியாமல் இருந்தபோதிலும் தீவிர சிந்தனை காரணமாக அவரது நடை தளர்வே இல்லாமல் வேகமெடுத்துக் கொண்டிருந்தது.

அவ்வாறு நடந்து சென்றபோது வழியில் ஒரு புல் கற்றை அவரைத் தடுக்கிவிட்டது. கீழே விழப்போனவர் சுதாரித்துக் கொண்டார். குனிந்து பார்த்தபோது புல் கற்றை என்பதைத் தெரிந்து கொண்டார். அந்தப் புல்லைப் பிடுங்கித் தூரமாக எறிந்து விட்டு மீண்டும் நடையைத் தொடர்ந்தார்.

மறுபடியும் அதே மாதிரியான புல் கற்றை அவர் காலைத் தடுக்கிவிட்டது. இப்போது கோபம் இன்னும் அதிகமாகியது. கீழே குனிந்து அந்தப் புல்லைப் பிடுங்கினார். தூர எறிந்து விடாமல் தீயிட்டுக் கொளுத்தினார். பிறகு அந்த சாம்பலைத் தன் வாயிலிட்டு தண்ணீர் பருகினார். ஒருவித புன்னகையோடு மீண்டும் தனது நடை யாத்திரையைத் தொடர்ந்தார்.

அப்போது காட்டில் இருந்த சிறுவன் ஒருவன் சாணக்கியரின் இந்தச் செயலை விசித்திரமாகப் பார்த்துக் கொண்டிருந்தான். புல்லை எரித்து சாம்பலாக்கி அதைப் பருகுவது வரையில் கோபம் கொள்வது அவனுக்கு ஆச்சரியமாக இருந்தது.

கௌடில்யரை நோக்கி ஓடிவந்தான் அச்சிறுவன்.

யாரோ ஒரு சிறுவன் தன்னை நோக்கி விரைந்து வந்ததைப் பார்த்த சாணக்கியர் சட்டென்று நின்றார். சிறுவனைக் கேள்விக் குறியோடு பார்த்தார்.

"வணக்கம் ஐயா" என்றான் அச்சிறுவன்.

பதிலுக்கு வணக்கம் தெரிவிக்க வேண்டும் என்ற சிந்தைகூட இல்லாமல் அவனையே பார்த்தபடி இருந்தார் சாணக்கியர்.

"காட்டில் புல் வளர்ந்து கிடப்பது இயற்கை தானே! அதன் மீது கோபித்துக் கொண்டு எரிக்கிற அளவிற்கு தாங்கள் நடந்து கொண்டதுதான் எனக்கு ஆச்சரியமாக இருக்கிறது. தங்கள்

கோபத்தை அற்பப் புல்லிடமா காட்டுவது?" என்று கேட்டான் அச்சிறுவன்.

சிறுவனின் இந்தப் பேச்சு சாணக்கியருக்குக் கோபத்தை வரவழைக்கவில்லை. மாறாக அச்சிறுவன் யாரென்று தெரிந்து கொள்ளும் ஆவல்தான் தோன்றியது.

அவனை அருகே அழைத்த சாணக்கியர் அவன் பெயர் என்னவென்று வினவினார்.

"சந்திரகுப்தன்" என்றான் அச்சிறுவன்.

அவனைப் பற்றி மேலும் விசாரித்தார்.

"நான் நந்த அரசனின் குமாரன். பாடலிபுத்திரம்தான் என் சொந்த ஊர். என் தந்தை அரச குல சத்திரியர். ஆனால் என் தாயார் மூரா, அரண்மனை பணிப்பெண். சூத்திர குடும்பத்தைச் சேர்ந்தவள்.

சூத்திர குலத்தைச் சேர்ந்தவர் என்பதாலும், பணிப் பெண்ணாக இருந்ததாலும் நந்தர்கள் என்னை அரசகுமாரனாக ஏற்காமல் கொல்லத் திட்டமிட்டனர். நான் தப்பிவந்து இந்தக் காட்டில் மறைந்து கொண்டுள்ளேன். எனக்குத் துணையாக இருந்து காத்தருளுவீர்களா?" என்று வினவினான் அச்சிறுவன்.

'நந்த வம்சத்தைச் சேர்ந்தவன். அரச குமாரன் வேறு' தனக்குள் புன்னகைத்துக் கொண்டார் சாணக்கியர்.

பொருத்தமானவன்தான். தன்னிடம் சரியான தருணத்தில் வந்து சேர்ந்துள்ளான் என உணர்ந்தார்.

சந்திரகுப்தனை அன்போடும் ஆதரவோடும் அரவணைத்த சாணக்கியர் அன்று முதல் அவனுக்கு ஆசிரியராகவும், ஆலோசக ராகவும் விளங்கினார்.

சந்திரகுப்தனுக்கு முதலில் கல்வி கற்றிட வாய்ப்புக் கிடைத்தது உலகின் முதல் பல்லைக் கழகம் என்று அறியப்படும் தட்சசீலம் ஆகும்.

தரமான இந்தப் பல்கலைக் கழகம் அப்போதே மிகப் பிரம்மாண்டமாகக் காட்சியளித்தது. ஏறத்தாழ பத்தாயிரம் பேர் படித்த கல்விச்சாலை. இந்தியர்கள் மட்டுமல்லாமல் கிரேக்கர்கள், சீனர்கள், பாபிலோனியர்கள் என்று பலரும் இங்கு கல்வி கற்றனர்.

சாணக்கியர்

கற்களால் கோட்டையைப் போல அமைந்திருந்த அந்தப் பல்கலைக்கழகத்தில் பாதை நெடுகிலும் நிழல் தரும் மரங்கள். சாலை ஓரத்தில் தத்தித் தத்தி நடைபழகும் மயில்கள்.

இவ்வாறு இயற்கை எழில் நிரம்பிய அறிவுக் களஞ்சியம் தட்சசீலம்.

காட்டிற்குள் பெருங்குடில் அமைக்கப்பட்டது. அங்குதான் சந்திரகுப்தனுக்கு அனைத்துப் பயிற்சிகளும், தந்திரங்களும் போதிக்க நினைத்தார் சாணக்கியர்.

ஒருநாள் அக்குடிலுக்கு இரண்டு குதிரைகள் பூட்டிய ரதம் ஒன்று வந்து நின்றது. வாயிலில் பத்து வீரர்கள் காவல் காக்கத் தொடங்கினர்.

அங்கு வந்தது தட்சசீல மன்னர் அம்பி. சாணக்கியரின் ஆலோசனைக்காக அங்கு வந்திருந்தார்.

சந்திரகுப்தனை சற்று நேரம் வெளியே இருக்குமாறு ஆணையிட்ட சாணக்கியர் அம்பியோடு கலந்துரையாடத் தொடங்கினார்.

அம்பியின் பேச்சில் ஒருவித பதற்றம் இருந்தது.

“விஷ்ணு குப்தரே! அலெக்சாண்டர் மாவீரர். அவரின் வீரதீரத்தைப் பற்றித் தாங்கள் நிச்சயம் கேள்விப்பட்டிருப்பீர்கள். பாரசீக மன்னர் எவ்வளவு பலம் பொருந்தியவர்! அவரையே வீழ்த்தி வெற்றியைக் குவித்தவர் அலெக்சாண்டர். இப்போது நம்மீது போர் தொடுக்கத் தயாராகிவிட்டார். என்ன செய்வது?” என்று அச்சம் நிறைந்த கேள்வியைக் கேட்டார் அம்பி.

எவ்வளவு பலம் பொருந்தியவராக இருந்தாலும் அவரை எதிர்த்துப் போரிடுவதன் அவசியத்தை உணர்த்தினார் சாணக்கியர்.

ஆனால் பயத்தின் உச்சத்தில் இருந்த அம்பி, அலெக்சாண்டரை எதிர்த்துப் போர் செய்வதற்குத் தயாரான மனநிலையில் இல்லை.

எனவே போரைத் தவிர வேறு ஏதாவது வழி இருந்தால் சொல்லுமாறு கேட்டார்.

சாணக்கியரோ எதிர்த்துப் போரிடுவதுதான் சிறந்த வழி என்பதில் உறுதியாக இருந்தார்.

அதனால் திருப்தி இல்லாமல் சோகத்துடன் அக்குடிலை விட்டு வெளியேறினார் அம்பி.

உள்ளே சாணக்கியருக்கும், அம்பிக்கும் இடையே நடந்த பேச்சுவார்த்தை வெளியே நின்றிருந்த சந்திரகுப்தனின் செவிகளிலும் விழத்தான் செய்தது.

அதைப் புரிந்துகொண்ட சாணக்கியரும், “நீ என்ன நினைக்கிறாய் சந்திரகுப்தா?” என்று கேட்டார்.

“அலெக்சாண்டர் எவ்வளவுதான் பெரிய வீரனாக இருந்தாலும் அதைக்கண்டு பயப்படுவது ஒரு மன்னருக்கு அழகா? எதிர்த்துப் போரிட்டு வெற்றியைக் குவிக்க வேண்டும்” என்றான் நெஞ்சை நிமிர்த்திக் கொண்டு.

அதைக் கேட்ட சாணக்கியர் பூரித்துப் போனார். தான் தேர்ந்தெடுத்த சிறுவன் பொருத்தமானவன்தான் என்பதுதான் அந்த மகிழ்ச்சிக்குக் காரணம்.

"நீ நந்த குலத்தில் பிறந்தவன். சிறுவனாக இருந்தாலும் மாவீரன். ஒரே நேரத்தில் இருபது எதிரிகளுடன் போரிட்டு வெல்லக்கூடிய திறமைசாலி. இதை தட்சசீலப் பல்கலைக் கழகத்துப் போர்ப் பயிற்சியின்போது நான் பார்த்திருக்கிறேன். போர்க்கலையில் பெரும் திறமைசாலி. அம்பி போல் இல்லாமல் பயமற்றவன். கொள்கை உள்ளவன்" என்று பெருமையாக விவரித்தார் சாணக்கியர்.

சந்திரகுப்தன் வெட்கமும் பிரமிப்பும் அடைந்தான்.

"என்னைப் பற்றி இவ்வளவு விபரம் தெரிந்து வைத்திருக்கிறீர்களே! எனக்கு ஆச்சரியமாக இருக்கிறது" என்றான்.

"அரசியலில் இது ரொம்ப சாதாரணம். ஒற்று அறிவது அரசியலின் முக்கிய அங்கம். உன்னைப்போன்ற திறமைசாலிகளைக் கண்டெடுத்து அவர்களுக்குப் போதிப்பது தான் எமக்குத் தொழில்" என்றார்.

பின்னர் சந்திரகுப்தனை இருக்கையில் அமரச் சொல்லிப் பல விஷயங்களைப் பற்றிப் பேசினார்.

நாட்டின் பல பகுதிகளின் நிலைமை மற்றும் அரசாட்சிகளின் பலம் மற்றும் பலவீனம் இவை அனைத்தையும் சுருக்கமாக விவரித்தார்.

தட்சசீலத்தின் ஒரு மூலையில் இருந்து கொண்டு பாடலிபுத்திரத்தில் இருந்து மாசிடோனியா வரை அரசியல் விவரங்களைத் தனது விரல்களுக்குள் மடக்கி வைத்திருந்தார் சாணக்கியர்.

'உண்மையிலேயே இவர் மாமேதைதான்' என்று மனதிற்குள் மெச்சிக் கொண்டான் சந்திரகுப்தன்.

இப்போது சந்திரகுப்தன் கேட்டான், "அலெக்சாண்டரும் நந்தனும் நமது நாட்டை உடைத்து விடுவார்களோ என்று அஞ்சுகிறேன். இதற்கு என்ன செய்யலாம்?"

"நீ தான் அதைச் செய்ய வேண்டும்" என்றார் சாணக்கியர் அழுத்தமாக.

சந்திரகுப்தனுக்கு மெய் சிலிர்த்தது.

"மன்னர் புருஷோத்தமனைப் பற்றிக் கேள்விப்பட்டிருக் கிறாயா?" என்று கேட்டார் சாணக்கியர்.

புருஷோத்தமன் என்னும் போரஸ் பற்றி அறியாதவர்கள் யாரும் அன்றைய காலக்கட்டத்தில் இருக்கவே முடியாது. வெறும் முப்பதே முப்பது யானைகளை மட்டுமே வைத்துக் கொண்டு மாவீரர் என்று அழைக்கப்படும் அலெக்சாண்டரை மிரட்டி ஓடஓட விரட்டியடித்த பெருமைக்குரியவர் போரஸ்.

அலெக்ஸாண்டர் காலத்தில் இந்தியாவை 56 மன்னர்கள் ஆண்டார்கள். அப்போது கல்வி, செல்வம், வீரம் என அனைத்திலும் சிறந்து விளங்கியது இந்தியத் திருநாடு. அதுவும் அன்று இந்தியாவில் இருப்பதைப் போல் செல்வம் உலகின் வேறு எந்தப் பகுதியிலும் இருக்கவில்லை.

இந்த 56 மன்னர்களில் ஒருவர்தான் பௌரவ அரச வம்சத்தைச் சேர்ந்த புருஷோத்தமன் என்ற போரஸ்.

ரிக் வேதத்தில் குறிப்பிட்டுள்ள புரு வம்சாவளி தான் பௌரவ மன்னர் வம்சத்தைச் சேர்ந்தவர்தான் புருஷோத்தமன் புரு என்கிறார் இந்திய வரலாற்றாசிரியர் தாமோதர் தர்மானந்த கோசாம்பி.

புரு பாரத வம்சத்தின் கிளை.

புருஷோத்தமன் குறைந்தது ஏழடி உயரமும் அதற்கேற்ற திடகாத்திரமும் உடையவர். இவர் பெரும் யானையின் மேல்

சாணக்கியருக்கு அவமானம்

சந்திரகுப்தரும் சாணக்கியரும்

அமர்ந்திருப்பது சாதாரண மனிதர்கள் குதிரையின் மேல் அமர்ந்திருப்பது போல இருக்கும் என்கிறார் அர்ரியன்.

இவர் ஜீலம் நதியின் கிழக்கு மற்றும் தெற்குக் கரைப் பகுதி துவங்கி அதன் பின் உள்ள நிலங்களை செனாப் நதிக்கரை வரை ஆட்சி செய்து வந்த மன்னர். சுருக்கமாகச் சொல்லப் போனால் தற்போதைய பஞ்சாப் பகுதிகள் அனைத்தும் இவரது ஆட்சியின் கீழ்தான் இருந்தன.

இவர் சத்திரிய தர்மமான 'தர்மயுத்த' போர் முறையைக் கடைபிடித்தவர்.

அப்படிப்பட்ட புருஷோத்தமரைப் பற்றித்தான் சாணக்கியர் பேசினார்.

"அவரது நட்பு உனக்கு வேண்டும். நீ அவருடன் அரசியல் கூட்டணி அமைக்க வேண்டும். புருஷோத்தமனைச் சந்தித்து அலெக்ஸாண்டரைத் தடுக்கச் சொல்லவேண்டும். அவருடன் ஒரு

நட்பு ஒப்பந்தம் செய்து கொள். அலெக்சாண்டரையும் சந்தித்துப் பேசு. அவரும் நந்தனும் இணைந்து விட்டால் இந்த நாட்டைக் காக்க இந்த சாணக்கியராலும் இயலாது" என்றார்.

"அலெக்சாண்டரிடம் போய்ப் பேச வேண்டுமா? அவரிடம் நான் என்ன பேசவேண்டும்?" என்று குழப்பமாகக் கேட்டான் சந்திரகுப்தன்.

நந்தனிடம் பாரசீக நாட்டைவிட அதிகளவில் செல்வங்கள் குவிந்து கிடப்பதைப் பற்றிப் பேசி அவரது ஆசையைத் தூண்டி விடுமாறு யோசனை தெரிவித்தார்.

இந்த யோசனையின் உட்கருத்து சந்திரகுப்தனுக்குப் புரியவில்லை.

"செல்வங்களை அபகரிக்கும் ஆசையோடுதான் பலநாடுகள் மீதும் போர் தொடுத்து வந்து கொண்டிருக்கிறான் அலெக்சாண்டர். ஆகவே நந்தனின் செல்வத்தையும் கொள்ளை அடிக்கப் போர் தொடுப்பான். போரில் யாராவது ஒருவர் அழிந்து போவார்கள். நமக்கோ நந்தனும் எதிரி. அலெக்சாண்டரும் எதிரி. இரண்டு எதிரிகளில் ஒருவர் அழிந்து போனால் நமக்கு ஒரே ஒரு எதிரிதான் இருப்பார். எனவே போரிட்டு வெல்வது இன்னும் சுலபமாக இருக்கும்" என்றார் சாணக்கியர்.

அவரின் ராஜதந்திரத்தை அறிந்ததும் வியப்பின் உச்சத்திற்கே சென்றார் சந்திரகுப்தன்.

"ஆனால் இன்னொரு உண்மையையும் நீ நினைவில் கொள்ள வேண்டும். தன நந்தன் என்னதான் கொடுமையான வசூல் செய்யும் மன்னராக இருந்தாலும் அவரது நிர்வாகம் மிகவும் திறமையானது. ராஜதந்திரிகளை உடன் வைத்துக் கொண்டு அவர்களின் ஆலோசனைப்படி நடப்பவன்" என்பதை நினைவூட்டினார்.

"என்னை அவமானப்படுத்திய அவனைப் பூண்டோடு அழிக்க சபதமேற்றுத்தான் எனது குடுமியை அவிழ்த்துள்ளேன். அவனை அழித்தொழித்த பிறகே குடுமியை முடிப்பேன் என்றும் சூளுரைத்துள்ளேன்" என்பதையும் கூறினார்.

"என் வணக்கத்திற்குரிய குருவே! தன நந்தனை வென்று தங்கள் பழியைத் தீர்க்கிறேன்" என்றான் சந்திரகுப்தன்.

உச்சி குளிர்ந்து போனார் சாணக்கியர்.

அன்றிலிருந்து தினமும் சந்திரகுப்தனுக்கு அரசியல் பாடம் கற்பிக்கப்பட்டது. அரசருக்குரிய போர்ப் பயிற்சியும் வழங்கப் பட்டது.

அவற்றை கவனத்துடனும், ஆர்வத்துடனும் கற்றுத் தேர்ந்த சந்திரகுப்தன், சாணக்கியரின் துணையுடன் நந்தர்களின் மீது படையெடுப்பதற்கான உரிய நேரத்திற்காகக் காத்திருந்தான்.

இதனிடையே போதிய படைவீரர்களைச் சேர்ப்பதற்காக ரகசியமாகப் பணியாற்றினார் சாணக்கியர்.

இதனிடையே மன்னர் புருஷோத்தமனைச் சந்தித்துப் பேசினார் சந்திரகுப்தன். இப்போது அவர் இளைஞராகி இருந்தார். அம்பியின் துரோகத்தைப் பற்றி சிலாகித்த சந்திரகுப்தன், பின்னாளில் மகதப் பேரரசர் நந்தனை வீழ்த்தப் போகும் போரில் உதவி வேண்டும் என்ற கோரிக்கையையும் முன்வைத்தார் சந்திரகுப்தன்.

அவ்வாறான ஒரு சண்டையில் வெற்றி பெற வேண்டும் என்றால் அலெக்சாண்டரை இந்தியாவிற்குள் நுழையவிடாமல் தடுத்து நிறுத்த வேண்டும் என்று புருஷோத்தமனிடம் கேட்டுக் கொண்டார்.

இது மன்னர் புருஷோத்தமனுக்கு மகிழ்ச்சியை அளித்தது. அப்படித்தான் மழைக்காலத்தில் அலெக்சாண்டர் படையுடன் மிகப் பெரிய போர் நடைபெற்றது. ஆனால் அந்தப் போரின் போது அவர்கள் நினைத்த மாதிரியே அலெக்சாண்டரிடம் அம்பி சரணடைந்திருந்தார். நிறைய பொன்னையும் பொருளையும் அள்ளிக் கொடுத்து உயிர் பிழைத்தார்.

புருஷோத்தமனுக்கும் அலெக்சாண்டருக்கும் இடையே நடந்த போரில் அலெக்சாண்டர் வெற்றி அடைந்ததாக கிரேக்க வரலாறுகள் சாதிக்கின்றன.

ஆனால் அந்தப் போருக்குப் பிறகு அலெக்சாண்டர் பிடித்திருந்த சில பகுதிகளும் புருஷோத்தமனின் ஆட்சியின் கீழ் வந்தன என்கிறது வரலாற்றுப் பதிவுகள்.

அலெக்சாண்டர் போரில் வெற்றி பெற்றிருந்தால் இது எப்படி சாத்தியமாகும்?

இந்தப் போர் இருவருக்குமே வெற்றி தோல்வி இல்லாமல் முடிந்தது என்றே தெரிகிறது. இவருக்கும் இடையே ஓர் உடன் படிக்கை ஏற்பட்டு போர் முடிவுக்கு வந்ததாக நம்பப்படுகிறது.

மாவீரர் என்று அழைக்கப்படும் அலெக்சாண்டருக்கு இந்திய மன்னர் புருஷோத்தமன் மிகப் பெரிய அச்சுறுத்தலையும் கலக்கத்தையும் கொடுத்தார் என்பதுதான் உண்மை.

அதன்பின்னர் அலெக்சாண்டரையும் சந்திரகுப்தன் சென்று சந்தித்துப் பேசினார். நந்தனின் செல்வ வளத்தைப் பற்றி அவரிடம் விளக்கிக் கூறினார். இதனையடுத்து நந்தன் மீது போர் தொடுக்க அலெக்சாண்டரும் முடிவு செய்தார். ஆனாலும் காலச்சூழல் மாறியதால் அலெக்சாண்டர் தமது படையுடன் திரும்பிச் செல்ல வேண்டிய நிலை ஏற்பட்டது.

எனவே சாணக்கியரும் சந்திரகுப்தரும் நினைத்த மாதிரி அங்கே யுத்தம் நடைபெறவில்லை.

இந்நிலையில் ஒருநாள் இருவரும் ஆலோசனை செய்தவாறே காட்டின் நடுவே நடந்து கொண்டிருந்தனர். ஒரு இடத்தில் வந்த உடன் சாணக்கியர் திடீரென நின்றார்.

"என்ன?" என்று கேட்டார் சந்திரகுப்தன்.

"இந்த இடத்தில் ஏதோ வித்தியாசமான சப்தம் வருகிறது. பார்" என்றார் சாணக்கியர்.

சந்திரகுப்தரும் அதை உணர்ந்தார்.

அந்த இடத்தில் ஏதோ வித்தியாசமாக சத்தம் வருவதைக் கவனித்தார்.

உடனே அந்த இடத்தைத் தோண்டிப் பார்த்தபோது பெரிய ஆச்சரியம் காத்திருந்தது. பூமிக்குக் கீழே ஒரு சுரங்கப் பாதை போவது தெரிந்தது. அதன் வழியே கவனமாக அடி வைத்துச் சென்றார்கள்.

ஒரு பெரும் அறை போலிருந்த இடத்தில் புதையல் ஒன்று இருப்பதைப் பார்த்தார் சாணக்கியர்.

ஏராளமான தங்க நகைகள் இருப்பதைப் பார்த்து மகிழ்ச்சியின் உச்சத்தைத் தொட்டார் சாணக்கியர்.

"படை பலம் திரட்டுவதற்கு செல்வம் இல்லாமல் கவலைப் பட்டோம். இப்போது கடவுளே அதை நமக்குக் கொடுத்து விட்டார். இனிமேல் படையை எளிதாகத் திரட்டிவிடலாம்" என்று உற்சாகமாகப் பேசினார்.

எனினும் அவர்களின் நோக்கம் ஒரு துளியும் இரத்தம்

சிந்தாமல் நந்தர்களின் ஆட்சியை முடிவுக்குக் கொண்டுவர வேண்டும் என்பதுதான்.

ஆக, சந்திரகுப்தரும், சாணக்கியரும் அழகிய ரதத்தில் பயணித்து பாடலிபுரத்தை அடைந்தனர். அங்குள்ள மக்களுக்கு சந்திரகுப்தனின் வருகை தேனாய் இனித்தது. கடுமையான வரிச் சுமையைக் கொடுத்து வருத்திக் கொண்டிருக்கும் தன நந்தன் ஆட்சியை அகற்றினால் போதும் என்ற நிலைக்குத் தள்ளப்பட்டிருந்தார்கள். எனவே சந்திரகுப்தரை வரவேற்கும் விதமாக நகர் முழுவதும் விளக்கேற்றி வைத்திருந்தனர்.

ஆனால் தன நந்தரோ இராணுவத்தை நகர் முழுவதும் குவித்து வைத்திருந்தார். எக்காரணம் கொண்டும் சாணக்கியரின் நோக்கம் வெற்றியடைந்துவிடக் கூடாது என்பதில் உறுதியாக இருந்தார்.

இவ்வாறான நிலையில் சந்திரகுப்தர் மற்றும் சாணக்கியரின் முதல் போர் வெற்றியைப் பெற இயலாமல் போயிற்று. தன நந்தரை அரசப் பதவியில் இருந்து அகற்ற முடியவில்லை. எனவே அவர்கள் பின்வாங்க வேண்டியதாயிற்று.

மகத நாட்டின் எல்லையில் ஒரு சிறிய கிராமத்தில் ரகசியமாகத் தங்க வேண்டியதாயிற்று.

அப்போது அங்கே சாணக்கியர் ஒரு காட்சியைக் கண்டார். அது அவரது இரண்டாவது முயற்சிக்கு வழிகோலாய் அமைந்தது.

ஒரு மூதாட்டி அப்பம் சுட்டுக் கொண்டிருந்தாள். சுடச்சுட அப்பம் அருகிலிருந்து சிறுவனுக்குக் கொடுக்கப்பட்டது. சூடான அப்பத்தை ஆசையோடு பிய்த்து சாப்பிட அச்சிறுவன் முயன்ற போது கையைச் சுட்டுவிட்டது. “அய்யோ.. அம்மா..” என்று அலறினான் அவன்.

உடனே திடுக்கிட்டுப் பார்த்த அந்த மூதாட்டி, “முட்டாள் பயலே, சூடான அப்பத்தை இப்படியா நடுவில் இருந்து பிய்த்து சாப்பிடுவது? முதலில் ஓரத்தில் இருப்பவற்றைப் பிய்த்து சாப்பிட வேண்டும்” என்று கற்றுக் கொடுத்தாள்.

பாட்டியின் அனுபவ வார்த்தைகள் போரில் எவ்வாறு செயல்பட வேண்டும் என்று தனக்கு உணர்த்துவதைப்போல உணர்ந்தார்.

ஆரம்பத்திலேயே அரண்மனையைக் குறிவைத்துத் தாக்குதல்

நடத்தினால் அப்பத்தின் நடுவே கையைச் சுட்டுக் கொள்வது போலத்தான்.

புரிந்துகொண்டு விட்டார் ஒரு புதிய சூட்சுமத்தை.

தனது போர்த் தந்திரங்களை இனிமேல் இவ்வாறு மேற்கொள்ள வேண்டும் என்று முடிவுசெய்தார்.

இப்போது மேலும் படை பலத்தை அதிகரிக்கும் முயற்சியில் ஈடுபட்டனர். நிறைய இளைஞர்கள் அவர்களது படையில் விருப்பத்துடன் வந்து சேர்ந்தனர்.

இதனிடையே மன்னர் புருஷோத்தமனுக்கு ஓலை ஒன்றை அனுப்பி வைத்து தமது படைக்கு உதவி செய்யுமாறு கேட்டுக் கொள்ளப்பட்டது. அவ்வாறே புருஷோத்தமனும் தமது படையை அனுப்பினார்.

தமது சிறந்த ஆற்றல் படைத்த மாணவர்களுக்கு அழைப்பு விடுத்தார். அவர்களும் ஆனந்தமாக விரைந்து வந்து அவர்களுக்கு உதவினர்.

எதிரிகளை வீழ்த்துவதற்கு நிறைய தந்திரங்களைப் பயன் படுத்தினார் சாணக்கியர்.

சாணக்கியர்

சந்திரகுப்தர்

சிறுமிகளைக் கொண்டு படை ஒன்றை உருவாக்கினார். அந்தச் சிறுமிகளுக்குத் தினமும் மிகச் சிறிய அளவில் விஷம் கொடுக்கப்பட்டு வந்தது. அவர்கள் பூப்பெய்தும் காலம் வரை இவ்வாறு கொடுக்கப்பட்டு வந்தது. அச்சிறுமிகள் பூப்பெய்த பின்னர் எதிரிகளை அழிக்கும் விஷக் கன்னிகளாகினர்.

அதாவது இந்த கன்னிப் பெண்கள் யாருக்கு முத்தம் கொடுத்தாலும் அவர்கள் அடுத்த கணமே விஷம் தாக்கி இறந்து விடுவார்கள். அந்த அளவிற்கு அவர்கள் உடம்பில் விஷச் சத்து அதிகளவில் பரவி இருக்கும்.

எதிரிகளை அழிப்பதற்காகச் சாணக்கியர் பயன்படுத்திய ஒருவிதமான தந்திரம் இது.

ஒருமுறை எதிரிகளிடம் இருந்து காப்பாற்றிக் கொள்வதற் காகத் தமது படைகளுடன் குகை ஒன்றிற்குள் ஒளிந்து கொள்ள வேண்டியிருந்தது.

அங்கே உணவு கிடைக்காமல் அனைவரும் பசியால் வாடத் தொடங்கினர். வெளியே எதிரிகள். குகையை விட்டு வெளியே

வந்தால் சுற்றி வளைத்துத் தாக்கத் தொடங்கிவிட்டால் நிலைமை மோசமாகிவிடும்.

என்ன செய்வது என்று தீவிரமாக யோசித்தார் சாணக்கியர். அப்போது தரையில் ஓரமாக ஒரு காட்சியை அவர் கண்டார். அதாவது எறும்பு ஒன்று ஒற்றைப் பருக்கையைச் சுமக்க முடியாமல் சுமந்து கொண்டு போய்க் கொண்டிருந்தது.

அந்தக் குகையில் உணவே கிடையாது. அப்படி இருக்கும் போது எறும்புக்கு மட்டும் உணவு எங்கிருந்து கிடைத்தது?

யோசித்தார்.

தமது வீரர்களை அழைத்தார். அந்தப் பகுதியை நன்றாகச் சோதனை செய்யுமாறு பணித்தார்.

வீரர்களும் அவ்வாறே பல அணிகளாகப் பிரிந்து சோதனை செய்தனர். குகைக்குக் கீழே எதிரிகள் உணவருந்திக் கொண்டிருந்த காட்சியைப் பார்த்தனர்.

அந்தத் தகவல் கிடைத்ததும் அங்கிருந்து வேறு வழியில் தமது வீரர்களோடு தப்பிச் சென்றார் சாணக்கியர்.

இப்படித்தான் பல்வேறு தந்திரங்களையும் வீரசாகசங்களை யும் நிகழ்த்தினார்கள்.

அப்பம் கதையைப் போல முதலில் பாடலிபுத்திரத்தைச் சுற்றியுள்ள பகுதிகளைத் தங்கள் வசப்படுத்தினார்கள். அப்போதைய நிலையில் தன நந்தன் அளவுக்கு மீறிய செல்வ வளங்களைப் பெற்றிருந்ததால் அவருக்கு கேளிக்கைகளில் நாட்டம் அதிகமாகிவிட்டது.

எனவே மகத நாட்டின் நிர்வாகம் மற்றும் பாதுகாப்பு அனைத்தும் தளர்ந்து போயிருந்தது.

இவ்வாறான தொய்வான நிலைப்பாடு சந்திரகுப்தருக்கும், சாணக்கியருக்கும் மிகவும் வசதியாகப் போயிற்று. எனவே சிறிய அளவிலான படைபலத்தை வைத்துக் கொண்டு நந்தர்களின் பேரரசை அவர்களால் வெற்றிகொள்ள முடிந்தது.

எல்லைப் புறங்களை வென்றெடுத்ததும் உள்நோக்கிப் படை எடுக்க ஆரம்பித்தனர். ஏற்கெனவே தன நந்தன் மீது அங்குள்ள மக்கள் பயங்கர கோபத்தில் இருந்ததால் அவர்கள் சந்திரகுப்தப் படைக்குத் தங்கள் ஆதரவை வெளிப்படையாகவே காண்பித்தனர்.

இவ்வாறு மக்களின் பேராதரவோடு உற்சாகமாகப் பாடலி புரத்தின் அரண்மனையை நோக்கிப் படை வீரர்கள் முன்னேறினர்.

பாடலிபுத்திரத்தில் நந்தர்களின் அரண்மனைக்கு நான்கு வாயில்கள். நான்கு வாயில்களையும் ஒரே நேரத்தில் தாக்குதல் நடத்த வேண்டும் என்பது சாணக்கியரின் திட்டம். அப்படித்தான் படையினர் நான்காகப் பிரிக்கப்பட்டு புறப்பட்டனர்.

இவ்வாறு கோட்டையைச் சுற்றிலும் சந்திரகுப்தரின் படை வீராவேசமாக வந்துகொண்டிருந்ததும், பொதுமக்களும் கூட்டமாக அவர்களுக்கு ஆதரவாக இருப்பதும் அரண்மனைக்குள் இருந்த தன நந்தனுக்குத் தெரிவிக்கப்பட்டது.

எப்படியும் எதிரிகளிடம் தோற்பது என்பது நிச்சயமாகி விட்டதை தன நந்தனும், அவரது சகோதரர்களும் உணர்ந்தனர்.

அப்படியானால் எப்படியாவது அரண்மனைக்குள்ளிருந்து தப்பிச் சென்றுவிட வேண்டும் என்பதும், அப்போதுதான் உயிராவது மிஞ்சும் என்பதும் அவர்களால் உணரப்பட்டது.

எந்த வாயில் வழியாகத் தப்பிப்பது என்று யோசித்தார்கள்.

தெற்கு வாயில் எமனுக்கு உரியது என்பதால் அந்த வாயில் வழியாகத் தப்பிச் செல்வது நிச்சயம் உயிருக்கு ஆபத்தாய் முடியும் என்ற ஜோதிடரின் வார்த்தைப்படி அந்த வாயில் வழியாகத் தப்பிச் செல்வதை நிராகரித்தார்கள்.

மேற்கு மற்றும் கிழக்கு வாயில்களில் உள்ள எதிரிகளின் படைகள் பயனற்றவை என்ற ஒற்றர்களின் வாக்கின்படி வடக்கு வாயிலைத் தேர்ந்தெடுத்தார்கள்.

தன நந்தனும் அவனது சகோதரர்களுமான பாண்டுகதி, பூதபாலன், ராஷ்டிரபாலன், கோவிஷாணகன், தசசித்தசன், கைவர்த்தன் ஆகியோரும் பிரமாதமாக அலங்கரிக்கப்பட்ட குதிரைகள் பூட்டப்பட்ட தங்கத் தேரில் புறப்பட்டார்கள்.

அவர்களுக்குப் பின்னால் 500 தேர்களும், ஆயிரம் யானைப் படையும், 5 ஆயிரம் குதிரைப் படையும், ஒரு லட்சம் காலாட் படையும் அணிவகுத்துச் சென்றன.

ஏற்கெனவே சாணக்கியர் திட்டத்தின்படி அந்தப் படை வீரர்கள் தன நந்தனின் படையை எதிர்த்துப் போரிடமுடியாத மாதிரி பின்வாங்கிச் செல்வதுபோல செல்ல வேண்டும்.

அப்படித்தான் தன நந்தனின் பின்னால் வந்த படை பலத்தைப் பார்த்துப் பயந்துவிட்டதைப்போல பின்வாங்க ஆரம்பித்தது.

அதைப்பார்த்ததும் தன நந்தனும் அவரது சகோதரர்களும் உற்சாகமாகிவிட்டனர். தோல்வி பயம் அவர்களிடம் இருந்து முற்றிலுமாக அகன்று மகிழ்ச்சியோடு வேகமாக முன்னேற ஆரம்பித்தார்கள். எனவே அவர்களின் படைக்கு மிகவும் முன்னால் அவர்கள் போய்விட்டார்கள்.

உடனே சாணக்கியர் தமது படைக்கு ஓர் உத்தரவு பிறப்பித்தார். அதற்கிணங்க அவரது படைகள் நந்தர்களைச் சூழ்ந்து கொண்டன.

வெறும் 200 பேர் மட்டுமே கொண்ட படையினர் சூழ்ந்து விட்டதும், எதிரிகளின் வலையில் சிக்கிக் கொண்டதைப் பார்த்து

தன நந்தர்

நந்தர்கள் பயந்தனர். நந்தர்களின் படைகள் பின்வாங்குவதும் நந்தர்களுக்கு அதிர்ச்சியை அளித்தது.

நந்தர்கள் எதிரிகளிடம் இருந்து தப்பிக்க இனிமேல் வழியே இல்லை என்பதால்தான் அவரது படையினர் உயிர் பிழைப்பதற் காகப் பின்வாங்க ஆரம்பித்தனர்.

இந்த இக்கட்டான நிலையைச் சமாளிப்பதற்காக தன நந்தனும் அவரது சகோதரர்களும் தீவிரமாக வாள் சண்டையிட ஆரம்பித்தனர்.

ஆனால் சூழ்ந்துவிட்ட எதிரிகளைச் சமாளிக்க அவர்களால் முடியவில்லை.

சந்திரகுப்தனின் வீரர்கள் உள்ளே புகுந்து சரமாரியாகத் தாக்குதல் நடத்தி தன நந்தனையும், அவரது சகோதரர்களையும் கொன்றுவிட்டனர்.

பேரரசர் தன நந்தன் கொல்லப்பட்டுவிட்ட செய்தி காட்டுத் தீயாகப் பரவியது. பெரும்பாலான நந்தர்களின் வீரர்கள் எதிரிகளிடம் சரணடைந்தனர். சிலர் அங்கிருந்து தப்பியோடி விட்டனர்.

தன நந்தனும் அவரது சகோதரர்களும் இரத்த சேற்றுக்குள் மாண்டு கிடந்ததை சந்திரகுப்தனும் சாணக்கியரும் இமைக்காமல் பார்த்தார்கள்.

நந்தர் வம்சம் முடிவுக்கு வந்தது.

மகதப் பேரரசு சந்திரகுப்தரின் வசமானது.

சாணக்கியரின் சபதம் நிறைவேறியது.

நந்த வம்சத்தைப் பூண்டோடு அழிக்கும் அவரது சபதம் வெற்றி பெற்றது.

வெற்றிப் பெருமிதத்தோடு அவிழ்த்த குடுமியை அள்ளி எடுத்து முடித்தார் சாணக்கியர்.

எதிரியாக இருந்தாலும் மகத நாட்டை ஆண்ட பேரரசர் என்பதால் தன நந்தன் மற்றும் அவரது சகோதரர்களின் ஈமச் சடங்குகள் ராஜமரியாதையுடன் நடத்த அனுமதிக்கப்பட்டது.

சந்திரகுப்தர் பேரரசராக முடிசூட்டிக் கொண்டார். அரசவையில் அமைச்சராக சாணக்கியர் நியமிக்கப்பட்டார்.

ஆக, மகத நாட்டில் மௌரியர் ஆட்சி தொடங்கியது.

3 மௌரியப் பேரரசு

இந்தியாவில் மௌரியப் பேரரசு என்பது ஒரு முக்கிய சகாப்தம் என்றே சொல்ல வேண்டும். சிற்றரசர்களின் ஆட்சியின் கீழிருந்த பல பகுதிகள் ஒன்றாக இணைக்கப்பட்டு மௌரியப் பேரரசு விரிவுபடுத்தப்பட்டது.

இந்தியா முழுவதும் ஒரே குடையின் கீழ் கொண்டுவரப் பட்டது என்றே சொல்ல வேண்டும். ஆனால் அப்போதும் தமிழகம் விலக்காகத்தான் இருந்தது.

'மௌரிய' என்பது 'மயூர' என்ற சொல்லாகப் பிறந்தது என்றும், 'மயூரம்' என்பது 'மயில்' என்பதாக சமஸ்கிருதத்தில் பொருள்படும் என்றும் மௌரிய அரச பரம்பரை மயிலோடு தொடர்பு படுத்தப்படுகின்றது.

மௌரியருக்குச் சொந்தமான ஆட்சி அதிகாரத்தை நந்த வம்சம் கைப்பற்றி, மௌரிய இளவரசரான சந்திரகுப்தரைத் துரத்தியடித்தது. அதனால் சந்திரகுப்தர் நாடோடியாகத் திரிய வேண்டிய இக்கட்டான நிலை உருவாகியது.

அதற்கு முன்பாக இதுபற்றிய ஓர் வரலாற்று சுருக்கம் உள்ளது. சுவைக்கலாம்.

மகத நாட்டின் குசுமபுரம் என்ற பகுதியை ஆட்சி செய்தவர் சர்வார்த்த சித்தி. இவருக்கு இளை மற்றும் முறை என்று இரண்டு மனைவியர். இவர்கள் இருவருமே தீவிர சிவ பக்தைகள்.

இளையும் முறையும் தங்களுக்குக் குழந்தைப் பேறு வேண்டி சிவனைத் துதித்தனர். அப்போது ஆண்டி வேடத்தில் அங்கு தோன்றிய சிவபெருமான் அவர்கள் மீது புனித நீரைத் தெளித்தார். அதில் ஒன்பது துளிகள் இளையின் மீதும், ஒரு துளி மட்டும் முறையின் மீதும் விழுந்தது. இதையடுத்து இருவரும் கர்ப்பமுற்றனர்.

ஒற்றைத் துளி நீர் விழுந்த முறைக்கு மௌரியன் என்னும் ஆண் மகன் பிறந்தான்.

தனக்குக் குழந்தை பிறக்கவில்லையே என்ற ஆதங்கம் இளைக்கு ஏற்பட்டது. கோபத்தில் அம்மிக் குழவியை எடுத்துத் தன்னுடைய வயிற்றில் இடித்துக் கொண்டாள், அவள் வயிற்றில் கரு வளர்ந்து வருவது தெரியாமல்.

இடித்த வேகத்தில் கரு ஒன்பது துண்டுகளாயிற்று. முதலமைச்சர் ராட்சசன் மந்திரம் ஜெபிக்கவே அவை ஒன்பதும் ஒன்பது புத்திரர்களாயினர். அவர்களுக்கு நவநந்தர்கள் என்று பெயரிடப்பட்டது.

நவநந்தர்கள் அனைவரும் பதினாறு வயதாகியதும் மன்னர் களாகப் பட்டம் சூட்டப்பட்டனர். முறையாக மன்னராக வேண்டிய மௌரியனை அமைச்சராக்கிவிட்டுக் காட்டிற்குத் தனது மனைவி இளையுடன் சென்றுவிட்டார் சர்வார்த்த சித்தி.

மௌரியனுக்கு நூறு குழந்தைகள் பிறந்தன. அவற்றில் இளையவன் சந்திரகுப்தன். சிறந்த புத்திசாலி. நாட்டில் பல்வேறு உத்தியோகங்களைப் பெற்ற நிலையில்தான் காட்டில் சாணக்கியரைச் சந்தித்தான்

இப்படியொரு கதையும் சந்திரகுப்தனைப் பற்றி உண்டு.

இப்போது மௌரியப் பேரரசு பற்றிய வரலாற்றுக்குள் நுழையலாம்.

கிரேக்கப் பேரரசர் அலெக்சாண்டர் உலகை வெல்லும் பொருட்டு புயலெனக் கிளம்பினார். டாரியஸ் என்னும் மாபெரும் வீரர் உருவாக்கிய ஆக்கமீனியப் பேரரசைக் கைப்பற்றியதோடு இந்துகுஷ் மலையின் ஊடாக இந்தியாவிற்குள் நுழைந்து தற்போதைய ஆப்கானிஸ்தான் தலைநகர் காபூலைக் கைப்பற்றினார்.

கிரேக்கர்களின் படையெடுப்பை வெற்றிகரமாக முறியடித்து இந்தியாவைப் பாதுகாத்தது. அரசியல் வல்லுநர்களே வியக்கும் வகையில் சிறந்த ஆட்சி முறை சந்திரகுப்த மௌரியர் ஆட்சியில் ஏற்படுத்தப்பட்டது.

மௌரியப் பேரரசின் மன்னரான அசோகர் ஆட்சியில் இந்தியப் பண்பாடு, கலாச்சாரம், சமயம் போன்றவை பிறநாடு களுக்கும் பரப்பப்பட்டன.

இந்து, புத்த சமயங்கள் சார்ந்த நூல்கள் மட்டுமல்லாமல் சமயச் சார்பற்ற நூல்களிலும் மௌரியர்கள் வரலாற்றைப் பற்றிய சான்றுகள் பல காணக்கிடைக்கின்றன. வெளிநாட்டவரின் குறிப்புகளும் கல்வெட்டுக்களும் இதற்கான சான்றுகளை அள்ளித் தருகின்றன.

சந்திரகுப்த மௌரியர் கி.மு. 323ஆம் ஆண்டு ஆட்சிக் கட்டிலில் அமர்ந்து 24 ஆண்டுகள் ஆட்சிபுரிந்ததை இந்து சமயப் புராணங்கள் உறுதிப்படுத்துகின்றன.

சந்திரகுப்தரைப் பற்றி இலங்கையின் புத்த மத நூல்களான மகாவம்சம் மற்றும் தீபவம்சம் பொதுவாகப் பதிவு செய்துள்ளன.

சமண இலக்கியங்கள் சந்திரகுப்தர் சமண சமயத்திற்கு மாறிய செய்தியைக் குறிப்பிட்டுள்ளன.

விசாகதத்தர் எழுதிய 'முத்ராராட்சம்' என்னும் சமஸ்கிருத நாடக நூல் சந்திரகுப்தரின் வரலாற்றை விளக்குகிறது. இது குப்தர்கள் காலத்தில் எழுதப்பட்டது என்றாலும் மௌரியர்கள் காலத்து பொருளாதார நிலைகளையும், சமூகச் சூழலையும், சமயப் பண்பாட்டையும் தெளிவாக விளக்குகிறது.

சங்ககாலத் தமிழ்ப் புலவர் மாமூலனார், மௌரியர் தமிழகத் தில் படையெடுத்து வந்ததைப் பற்றி அகநானூற்றில் குறிப்பிட்டுள் ளார்.

கிரேக்கத்தைச் சேர்ந்த டிய்மக்கோஸ், எகிப்து நாட்டைச் சேர்ந்த டையோன்சியோஸ் ஆகியோரின் குறிப்புகளிலும் மௌரிய ஆட்சியைப் பற்றிய குறிப்புகள் காணப்படுகின்றன.

எனினும் மௌரியர்களின் வரலாற்றுச் சான்றுகளில் முதல் இடத்தை வகிப்பது அர்த்தசாஸ்திரம் என்னும் நூல் தான்.

சாணக்கியரால் எழுதப்பட்ட இந்நூல் 15 பகுதிகளையும், 150 அதிகாரங்களையும் உள்ளடக்கியது. 1909ஆம் ஆண்டு சாமசாஸ்திரி என்பவரால் கண்டெடுக்கப்பட்ட அரசியல் நூல் இது.

இதன் முதல் பாகம் அசோகர், அவரது அவை, அரசுத்துறை ஆகியவற்றைப் பற்றியதாக அமைந்துள்ளது.

இரண்டாம் பாகம் சிவில், கிரிமினல் சட்டங்களைப் பற்றியது.

மூன்றாம் பாகத்தில் நாடுகளுக்கு இடையே உள்ள சட்டங்கள், அரசியல் தந்திரம், போர்முறை போன்றவற்றைப் பற்றி எடுத்துரைக்கிறது. மேலும் அரசு நிறுவனங்கள் இயங்கும் விதம், எதிரிகளை அழிப்பதற்கான வழிமுறைகள் போன்றவற்றை யும் இந்நூல் விளக்குகிறது. சாணக்கியர் என்னும் கௌடில்யர் 'இந்தியாவின் மேக்கியவெல்லி' என்று அழைக்கப்படுகிறார்.

மௌரியர்கள் காலத்தில் ஏற்படுத்தப்பட்டிருந்த நீதி நிர்வாகம், ஒற்றர் முறை, வரி வசூல், அரசு நிர்வாகத்தில் காணப் பட்ட பல்வேறு துறைகள், அமைச்சர்களின் ஆலோசனைகளைப் பெற்று மன்னர் நிர்வாகம் நடத்திய முறை, அக்காலத்துச் சமுதாய நிலைமை போன்றவையும் அர்த்தசாஸ்திரத்தில் காணக்கிடைக் கின்றது.

கிரேக்க மன்னர் மாவீரர் அலெக்சாண்டருக்குப் பிறகு அந்த அந்தப் பேரரசை ஆட்சி செய்தவர் செலூகஸ் நிகேடர். இவரின் ராஜ தூதர் மெகஸ்தனிஸ். அவர் எழுதிய 'இன்டிகா' என்னும் நூலில் மௌரியப் பேரரசின் வரலாறு பற்றிய செய்திகள் நிறையக் காணப்படுகின்றன. எனினும் இந்த நூலின் மூலப்பிரதி இதுவரை கிடைக்கவில்லை.

பாடலிபுத்திரத்தின் நகர நிர்வாகம், மௌரியர்களின் படை நிர்வாகம், மன்னருக்கான பாதுகாப்பு ஏற்பாடுகள், அவரது அரண்மனை, அன்றைய சமூக நிலைமை போன்றவற்றை இன்டிகா மிக அருமையாக விளக்குகிறது.

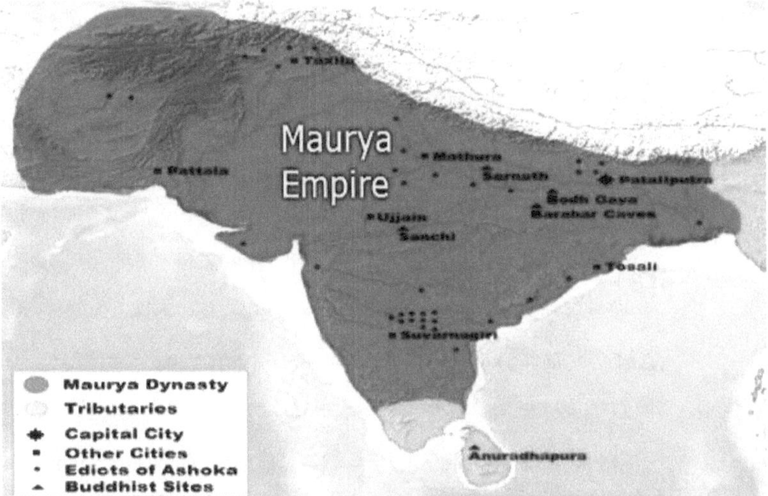

மௌரியர்களின் ஆட்சிப் பரப்பு

மௌரிய வரலாற்று ஆதாரங்களில் மிக முக்கியமானது என்னவென்றால் அசோகரது கல்வெட்டுகள். நாட்டின் பல்வேறு பகுதிகளிலும் காணப்படும் இந்தக் கல்வெட்டுகள் அசோகரது வாழ்க்கை, அவரது பணிகள் போன்றவற்றைச் சிறப்பாக நமக்குக் காண்பிக்கின்றன.

தர்மம் செய்வதற்கான முயற்சிகள், அதற்கான திட்டங்கள் போன்றவற்றைப் பற்றி இக்கல்வெட்டுகளில் பதிவு செய்யப் பட்டுள்ளன. மேலும் அசோகரின் அரசியல், பொருளாதாரம் பற்றிய தகவல்களும் காணப்படுகின்றன.

இன்டிகா நூலில் நிர்வாக முறையைப் பற்றி மிக விரிவாக எழுதப்பட்டுள்ளது.

அரசின் தலைவராக அரசர் இருந்தார். தந்தைக்குப் பிறகு மூத்த மகன் அரியணை ஏறும் வழக்கம் இருந்தது. அமைச்சர் குழு ஒன்று அமைக்கப்பட்டு நிர்வாகப் பணியில் மன்னருக்கு உதவியாக இருந்தது. அமைச்சர் ஒவ்வொருவரும் ஒவ்வொரு துறைக்குத் தலைவராக விளங்கினர்.

படைத்துறை ஒன்றை சந்திரகுப்தர் உருவாக்கி இருந்தார். அது ஐந்து உறுப்பினர்களைக் கொண்ட ஆறு குழுக்களாகப் பிரிக்கப்பட்டிருந்தது.

முதல் குழுவானது கப்பற் படையைக் கவனித்தது.

இரண்டாவது குழுவானது போர் முரசு அறைவோர், படைக் கருவிகளைப் பழுது பார்ப்போர், புல் வெட்டுவோர் ஆகியோரைக் கண்காணித்தது. படைக்கருவிகளை எடுத்துச் செல்வதும், உணவுப் பொருட்களை ராணுவத்திற்கு அனுப்புவதும் இதன் பணியாக இருந்தது.

மூன்றாவது குழு காலாட் படையைக் கண்காணித்தது.

நான்காவது குழுவானது குதிரைப் படையை நிர்வகித்தது.

ஐந்தாவது குழு தேர்ப்படையைக் கவனித்து வந்தது.

ஆறாவது குழு யானைப்படையைக் கண்காணித்தது.

பாடலிபுத்திரம் நகரம் எப்படி இருந்தது என்பதைப் பற்றி இன்டிகா விவரிக்கிறது.

கங்கை நதியும், சன் நதியும் கூடுமிடத்தில் பாடலிபுத்திரம் அமைந்திருந்தது. ஒன்பது மைல் நீளமும், ஒரு மைல் அகலமும் உடையதாக இருந்தது. நகரைச் சுற்றிலும் அகழி ஒன்று அமைக்கப்பட்டிருந்தது. அகழியின் பின்புறத்தில் மதில் சுவர் காணப்பட்டது. நகரின் உட்புறத்தில் இருந்து பகைவரைத் தாக்குவதற்கு மதில் சுவரில் பல இடைவெளிகள் இருந்தன. அந்த இடங்களில் வாயில்களும், கோபுரங்களும் அமைக்கப் பட்டிருந்தன.

■■■■■■■■

மௌரியர் காலத்துக் கட்டடம்

பாடலிபுத்திர நகரசபையில் உள்ள தொழிற்சாலைகளை மேற்பார்வையிடல், அயல்நாட்டினரை வரவேற்று உபசரிப்பது, பிறப்பு இறப்பு கணக்குகளைப் பதிவு செய்வது, வாணிபத்தை வரையறை செய்வது, உற்பத்தியை மேற்பார்வையிடல், புதிய பொருட்கள் பழைய பொருட்களுடன் கலக்காமல் தடுப்பது, வரி வசூலிப்பது போன்ற பணிகளை நகரசபை உறுப்பினர்கள் செய்தனர்.

பாடலிபுத்திரத்தைத் தலைநகராகக் கொண்டு தெற்கே சௌராஷ்டிரம் வரையிலும் சந்திரகுப்தரின் மௌரியப் பேரரசு விரிந்து கிடந்தது.

அவரது ஆட்சியின் இறுதிக் காலத்தில் வடமேற்கு இந்தியப் பகுதிகளும் அவரது கட்டுப்பாட்டிற்குள் வந்தது.

வயது முதிர்ந்த நிலையில் சமண மதத்தைத் தழுவிய சந்திர குப்தர், கர்நாடகாவின் மைசூருக்கு வந்து அங்குள்ள சிரவண பெலகோலாவில் உண்ணாநோன்பிருந்து உயிர்துறந்தார் என்பது வரலாறு.

சந்திரகுப்தரின் மகன் பிந்துசாரர் கி.மு. 300 முதல் கி.மு. 273ஆம் ஆண்டு வரை மகத நாட்டை ஆட்சிபுரிந்தார். இவர் 16 நாடுகளை வென்றெடுத்ததாக திபெத் நாட்டின் வரலாற்று ஆய்வாளர் தாராநாத் என்பவர் குறிப்பிடுகிறார்.

வெளிநாட்டோடு நல்லுறவை வைத்திருந்த பிந்துசாரர், தமது தந்தை சந்திரகுப்தரின் மௌரியப் பேரரசைக் கட்டிக்காத்த பெருமைக்கு உரியவர்.

பிந்து சாரரின் மகன் அசோகர். சாம்ராட் அசோகர். அதாவது சந்திரகுப்த மௌரியரின் பேரன். அசோகரும் மௌரியப் பேரரசர்களின் வரிசையில் இடம்பிடித்தவர்.

கி.மு. 269ஆம் ஆண்டு மன்னராக முடிசூட்டிக் கொண்ட அசோகர் சுமார் 30 ஆண்டுகள் ஆட்சிபுரிந்தார். 'தேவானாம்பியதாசி தேவானாம்பிய' என்ற பட்டப் பெயர்களைத் தமது கல்வெட்டுகளில் குறிப்பிட்டுள்ளார்.

தொடக்கத்தில் முரட்டு சுபாவமும், போர்களில் அதிக ஈடுபாடும் உடையவராக இருந்த அசோகர், கலிங்கப் போரை எட்டு ஆண்டுகள் தொடர்ந்து நடத்தினார். பல்லாயிரம் மக்களை ஈவிரக்கமின்றிக் கொன்று அதில் வெற்றியைப் பெற்றார்.

ஆனால் போர்க்களத்தில் நேரடியாகப் பார்த்த காட்சிகள் அவர் நெஞ்சைக் குலையச் செய்துவிட்டன. அமைதி இழந்து தவித்தார்.

அதன்பிறகு எந்தப் போரையும் நடத்த அவர் மனம் இடம் தரவே இல்லை. தர்ம யாத்திரை மேற்கொண்டார். புத்த சமயத்தைத் தழுவி, புத்தரின் போதனைகளைக் கற்களிலே பொறித்து அறம் வளர்த்தார். மக்களையும் தர்ம வழிக்கு மாற்ற முயற்சிகளை மேற்கொண்டார்.

மௌரியப் பேரரசைப் பலவீனமடையச் செய்தார் அசோகர் என்கின்றனர் வரலாற்று ஆய்வாளர்கள்.

அசோகரின் மகன் குணாளன். அவரது ஆட்சிக்காலத்தில் மீண்டும் கிரேக்கர்களின் ஆதிக்க கரங்கள் இந்தியப் பகுதிக்குள் நீண்டன. காபூல், பஞ்சாப், கங்கைப் பகுதிகளில் கிரேக்கர்கள் ஆட்சி ஏற்பட்டன.

குணாளனுக்குப் பிறகு ஆட்சிக்கு வந்த அவரது பரம்பரை யினரும் ஆற்றல் குறைந்தவர்களாக விளங்கியதால் மௌரியர் ஆட்சி முற்றுப்புள்ளி வைக்கும் நிலைக்குத் தள்ளப்பட்டது.

மௌரியப் பேரரசின் கடைசி மன்னராகத் திகழ்ந்தவர் பிருகத்ரதன். புஷ்யமித்திரன் என்ற சேனாதிபதி பிருகத்ரதனை ஆட்சியில் இருந்து வீழ்த்தி அரியணை ஏறினான். அத்துடன் மௌரியர்களின் ஆட்சி முடிவுக்கு வந்தது.

கலிங்கப் போருக்கு முன்பு வரை அசோகர் இந்துவாகவே இருந்தார். யாகங்கள் ஏராளம் நடத்தியதற்கான சான்றுகள் உள்ளன.

வேள்வியின்போது உயிர்ப்பலிக்கு அசோகர் தடை விதித்திருந்தார்.

ஆயினும் மௌரியப் பேரரசுக்குப் பிறகு ஆட்சிப் பொறுப் பேற்ற புஷ்யமித்திரன் யாகங்களைப் பழைய மரபுப்படி நடத்த ஆதரவளித்தார். பிராமணீயத்திற்கு அவர் பேராதரவு நல்கினார்.

சந்திரகுப்தர் மற்றும் சம்பிரிதி ஆகிய மௌரிய மன்னர்கள் சமண மதத்தைத் தழுவியவர்கள் என்று மரபுவழிக் கதைகள் தெரிவிக்கின்றன.

மௌரியர்களின் ஆட்சிக் காலத்தில் இந்தியா முழுவதும் பல்வேறு மதங்கள் இருந்தன என்றாலும் பௌத்த மதம்தான்

மௌரியர் ஆட்சிக் காலத்து நாணயம்

■■■■■■■■

அதிகச் செல்வாக்குடன் விளங்கியது என்கிறது வரலாற்றுத் தகவல்கள்.

பௌத்தம் கடல்கடந்து உலக மதமாய் நிலவியதாகவும் அறியப்படுகிறது.

வருணாசிரமம் உறுதியாக மேலோங்கி நின்றது மௌரியர் ஆட்சிக் காலத்தில் என்கின்றனர் வரலாற்று ஆசிரியர்கள். கிரேக்க எழுத்தாளர்களின் கூற்றுப்படி பார்த்தால் வருணக் கலப்பு மணம் அப்போது அனுமதிக்கப்படவில்லை.

பெண்களில் சிலர் தத்துவ ஞானிகளாய் விளங்கியபோதிலும் அவர்கள் அறிஞர்கள் கூடிய சபைகளில் இடம்பெற அனுமதிக்கப்படவில்லை. ஆண்களுக்கு இணையாக அவர்கள் மேன்மையடையவும் வாய்ப்பளிக்கப்படவில்லை.

அடிமைகளையும் கூலித்தொழிலாளர்களையும் அன்போடு நடத்துமாறு அசோகர் வலியுறுத்தியதை கல்வெட்டுகள் நமக்குத் தெரிவிக்கின்றன.

மக்களின் வாழ்க்கை அமைதியும் ஒழுங்கும் உடையதாக விளங்கின என்கின்றனர் கிரேக்க மற்றும் இத்தாலிய எழுத்தாளர்கள்.

மது அருந்துதல் என்பது சமய விழாக்களைத் தவிர்த்து சாதாரண நாட்களில் இருக்கவில்லை.

பொய் பேசுபவர்களைப் பார்க்கவே முடியவில்லை. எல்லோருமே உண்மையைத்தான் பேசினார்கள்.

புலால் உண்ணுவது என்பது பலியிடும் வேள்விகளின் போது மட்டுமே இருந்தது.

களவும் ஏமாற்றுவதும் சுத்தமாகக் கிடையாது என்பதால் வீடுகள் வேலி மற்றும் பூட்டு போன்ற பாதுகாப்பு சாதனங்கள் எதுவும் இல்லாமல் காணப்பட்டன.

ஆவணங்கள் எழுதி வைப்பது என்பது அரிதாகவே இருந்தது. அனைத்தும் நினைவில் பதித்து வைப்பதே வழக்கமாக இருந்தது.

விலங்குகளிடையே பலப் பரீட்சை போட்டிகள் நடந்தன.

தேர் ஓட்டப் போட்டிகள், படகு ஓட்டப் போட்டிகள் போன்றவை நடைபெற்றன.

சதுரங்க விளையாட்டு பிரசித்தி பெற்றிருந்தது.

ஒருவரின் பிறப்பில் இருந்து இறப்பு வரை நிகழ்ந்த மற்றும் நிகழப்போகிறவற்றைப் பற்றிக் குறி சொல்லும் கலை காணப் பட்டது. அவர்கள் 'கிராந்திகர்' என்று அழைக்கப்பட்டனர்.

கிரேக்க எழுத்தாளர்களின் குறிப்புகள்தான் இவ்வாறு மௌரிய ஆட்சிக்காலத்தில் இருந்ததாகக் குறிப்பிடுகின்றன.

மன்னர்கள் வரையறையற்ற அதிகாரங்கள் கொண்டவர் களாக விளங்கினர்.

ஆயினும் மௌரிய மன்னர்கள் தங்களைக் கடவுளாகக் கருதவில்லை. படைப் பிரிவுகளின் தலைவராக மன்னரே விளங்கினார்.

சந்திரகுப்தர் தானே படை நடத்திப் போர் புரிந்தார் என்றும், கலிங்கப் போரில் பங்குபெற்று போர் நிகழ்வுகளை அசோகர் நேரில் கண்டார் என்றும் வரலாற்றுக் குறிப்புகள் கூறுகின்றன.

குடிமக்களின் வருமானத்தில் இருந்து ஆறில் ஒரு பங்கு வரியாகப் பெறப்பட்டது. பாகம், பலி என்று இருவிதமான வரிகள் விதிக்கப்பட்டன. விளைச்சல் நன்றாக இருந்தால் நான்கில் ஒரு பங்கு வரி பெறப்பட்டது.

நகர்ப்புறங்களில் பிறப்பு மற்றும் இறப்பு வரிகளும் விதிக்கப் பட்டன.

கால்நடைப் பண்ணைகள் வைத்தோர்க்கும், வணிகர்களுக்கும் வரிவிதிக்கப்பட்டது. ஆனால் கைவினைஞர்களுக்கு மட்டும் வரி விதிக்கப்படவில்லை. அவ்வப்போது அவர்களுக்கு அரசர் நிதி உதவியும் வழங்கினார்.

விவசாயிகளுக்கு அரசாங்கமே நீர்ப்பாசன வசதிகளைச் செய்து கொடுத்தது. உணவு உற்பத்தியின் முக்கியத்துவம் கருதி விவசாயிகளைப் படைகளில் சேர்க்காமல் தவிர்த்ததாகக் கிரேக்க எழுத்தாளர்களின் குறிப்புகள் தெரிவிக்கின்றன.

கடல் வாணிபம் சிறப்பாக நடைபெற்றது. ரோமாபுரி, சீனா, இலங்கை, கிரேக்கம் ஆகிய நாடுகளுடன் வாணிபம் நடைபெற்றதற்கான இலக்கியச் சான்றுகள் உள்ளன. நதிகள் கடலோடு கலக்கும் இடங்களில் துறைமுகங்கள் அமைக்கப்பட்டு வாணிபம் நடைபெற்றது.

ஆயுதம் செய்தல், விவசாயக் கருவிகள் தயாரித்தல், கப்பல் கட்டுதல் போன்ற தொழில்கள் நகர்ப்புறங்களில் காணப்பட்டன. ஆடைகள் பொன், வைரம் கொண்டு இழைக்கப்பட்டனவாக இருந்தன. செல்வந்தர்கள் இவற்றை அணிந்தனர்.

பட்டாடைகள் நெய்வதில் கிராமப்புறப் பெண்கள் அதிகம் ஈடுபட்டனர்.

மௌரியர் காலத்துக் கட்டடக் கலை அற்புதமானது. அசோகச் சக்ரவர்த்தியின் சாஞ்சி ஸ்தூபி, சாராநாத்தில் காணப்படும் கற்களாலான துண்கள் போன்றவை எடுத்துக்காட்டுக்கள்.

ஸ்தூபியின் சுற்றுவேலி சாதாரணமானது. ஆனால் முகப்பு வாயிலின் அமைப்பு போன்றவை உன்னதமாக கலை நுட்பத்துடன் அமைந்தவை. அசோகரின் தர்மச் சக்கரம் இந்தியக் குடியரசின் சின்னமாய் இன்றும் விளங்கிக் கொண்டிருப்பதே மௌரியர்களின் கட்டடக் கலைக்குச் சிறந்த எடுத்துக்காட்டாகும்.

அசோகர் காலத்தில்தான் பாறைக் கற்கள் பயன்படுத்தப்பட்டன. அவற்றிலும் பல மறைந்துபோய் விட்டன. சாஞ்சி ஸ்தூபி மட்டுமே இன்று எஞ்சியுள்ளது.

சாராநாத் தூண்களில் காணப்படும் நான்கு சிங்க உருவங்கள் கலைநுணுக்கத்தின் உச்சம். தூண்களின் உச்சியில் சிங்கம், யானை, எருது போன்ற விலங்குகளின் உருவங்கள் அருமையாகச் செதுக்கப்பட்டுள்ளன.

அசோகர் மற்றும் அவரது புதல்வர் தசரதன் ஆகியோரால் கொடையாக வழங்கப்பட்ட குகைகள் மௌரியர்களின் முக்கிய பாரம்பரியச் சின்னங்கள். அவற்றின் உட்புறச் சுவர்கள் கண்ணாடிபோல மெருகூட்டப்பட்டுள்ளன. புத்த கயாவுக்கு அருகிலுள்ள பாராபார் குன்றுகளில் இருக்கும் குகைகள் மௌரியர் கட்டடக் கலைக்குச் சான்றாகத் திகழ்கின்றன.

மௌரிய வம்சத்தின் வீழ்ச்சிக்கு அசோகரைக் காரணமாகச் சுட்டிக்காட்டுவது தவறு என்கின்றனர் வரலாற்று ஆய்வாளர்கள்.

அசோகரின் புத்த மத ஆதரவுக் கொள்கையினால் வெறுப் படைந்த பிராமணர்கள் புஷ்யமித்திர சுங்கன் தலைமையில் ஒரு புரட்சியை நடத்தியதாகக் கூறப்படுகிறது.

ஆனால் இங்கே ஒன்றைப் புரிந்துகொள்ள வேண்டும், அசோகர் ஒருபோதும் பிராமணர்களுக்கு எதிராகச் செயல் பட்டதே இல்லை.

அசோகரின் அகிம்சைக் கொள்கை படைவீரர்களின் போரிடும் உணர்வைப் பாதித்துவிட்டதாகவும் ஒரு குற்றச்சாட்டு உண்டு.

அதுவும் தவறு.

அமைதிக் கொள்கையைப் பின்பற்றினாரே தவிர மகத நாட்டுப் பேரரசின் மீதான தனது கட்டுப்பாட்டை ஒருபோதும் அசோகர் தளர்த்தியதே இல்லை.

எனவே மௌரிய வம்சத்தின் வீழ்ச்சிக்கு அசோகச் சக்ரவர்த்தியைக் குற்றம்சொல்வது சரியானதே இல்லை.

அசோகருக்குப் பிறகான பின்தோன்றல்கள் திறமையற்று இருந்தார்கள். அத்துடன் மகதப் பேரரசு இரண்டாகப் பிரிக்கப் பட்டதும் வீழ்ச்சிக்கு முக்கியக் காரணமாக அமைந்தது.

இவற்றுக்கெல்லாம் மேலாக ஆட்சித்துறையில் முறைகேடுகள் நிறைய இருந்ததும் மௌரியப் பேரரசு சிதைந்து போனதற்குக் காரணமாக உணரப்படுகிறது.

இந்தக் காரணங்களால்தான் மௌரியப் பேரரசை விரட்டி விட்டு சுங்க வம்ச ஆட்சி நிறுவப்பட்டது.

4 சந்திரகுப்த மௌரியர்

சந்திரகுப்த மௌரியர் தான் மௌரியப் பேரரசைத் தோற்றுவித்த பெருமைக்குரிய மாமன்னர். இவரின் குலத்தைப் பற்றி வேறுபாடான பல்வேறு கருத்துக்கள் உலா வருகின்றன.

'சந்திரகுப்தர் ஓர் இழிவான குலத்தைச் சேர்ந்தவர்' என்கிறது விஷ்ணு புராணம் என்னும் நூல். அதையே அழுத்தமாகச் சொல்கிறது முத்ராராட்சம் என்னும் நூலும்.

நந்த வம்சத்தைச் சேர்ந்த மன்னர் சூரிய குப்த மௌரியருக்கும் அவரது சூத்திர மனைவியான முரா என்பவருக்கும் பிறந்தவர்தான் சந்திரகுப்தர் என்கிறார் முத்ராராட்சத்தின் ஆசிரியர் விசாகதத்தர்.

சந்திரகுப்தர் தாழ்ந்த குலத்தில் பிறந்தவர் என்று கிரேக்க நாட்டைச் சேர்ந்த எழுத்தாளர் ஜஸ்டிக் என்பவரும் உறுதியாகக் கூறுகிறார்.

சமண சமய நூல்களும் இவ்வாறுதான் கூறுகின்றன.

'சந்திரகுப்தர் சத்திரிய குலத்தைச் சேர்ந்தவர்' என்கிறது புத்த மத இலக்கிய நூலான 'திவ்வியவதனம்'.

அதேநேரத்தில் இலங்கையின் புத்த மத நூலான 'மகாவம்சம்' சத்திரிய குலத்தில் மோரியா என்னும் வகுப்பைச் சேர்ந்தவர் சந்திரகுப்தர் என்கிறது.

இந்த நேரத்தில் ஒன்றை நாம் புரிந்துகொள்ள வேண்டும். அதாவது அன்றைய காலக்கட்டத்தில் சத்திரியர்கள் மட்டுமே அரசியல் ஆதிக்கம் செலுத்திவந்தனர்.

மாவீரர் அலெக்சாண்டருக்குப் பிறகு கிரேக்கத்தை ஆட்சி செய்த செலியூகஸ் நிகேடர் இந்தியாவின் மீது படையெடுப்பு நிகழ்த்தினார். அவரை மகத நாட்டுப் பேரரசர் சந்திரகுப்த மௌரியர் வீறுகொண்டு விரட்டியடித்தார்.

சூத்திரர் ஆட்சி புரியக்கூடாது என்ற நிலையை உடைத்து எறிந்து பரம்பரை ஆட்சிக்கு எதிராகப் பாடுபடும் மக்கள் தலைவர் ஆட்சி உதித்தது உலக வரலாற்றிலேயே முதன்முறையாக பாரதத்தில்தான். அதுவே சந்திரகுப்த மௌரியரின் ஆட்சி.

சந்திரகுப்தரின் தந்தையார் எல்லையில் நடந்த சண்டை ஒன்றில் மரணமடைந்தார். ஆதரவற்ற நிலைக்குத் தள்ளப்பட்ட அவரது அன்னை 'புஷ்பபுரம்' என்னும் இடத்தில் அடைக்கலம் புகுந்தார். அங்குதான் சந்திரகுப்தரை அவர் பெற்றெடுத்தார்.

அவரை முதலில் பசுக்கள் மேய்க்கும் ஒருவர் வளர்த்து வந்தார். அதன்பிறகு வேட்டைத் தொழில் செய்யும் ஒருவர் வளர்த்துவந்தார்.

சந்திரகுப்தர் ஓரளவுக்கு வளர்ந்து சிறுவனாக இருந்தபோது ஒருநாள் சாணக்கியர் அந்தக் காட்டுக் கிராமம் வழியாகச் சென்றார். அப்போது சந்திரகுப்தரைப் பார்க்க நேர்ந்தது. அவரைப் பார்த்ததும் ஒரு நாட்டைத் தலைமைதாங்கி நிர்வகிக்கும் திறமை உடையவராக சாணக்கியருக்குத் தோன்றியது. அவரைப் பற்றி விசாரித்தபோது தனது கணிப்பு மிகச் சரியானது என்று நினைத்த சாணக்கியர், தன்னை அவமானப்படுத்திய தன நந்தனைப் பழி வாங்க சந்திரகுப்தரே சரியான நபர் என்று முடிவெடுத்தார்.

சந்திரகுப்தரை தட்சசீலத்திற்கு அழைத்துச் சென்று கல்வி புகட்டினார்.

ராஜ தந்திரங்களைக் கற்றுக் கொடுத்தார்.

அரசியல் அறிவைப் புகுத்தினார்.

பல்வேறு கலைகளையும் கற்றுத் தந்தார்.

படைப் பயிற்சியை அளித்தார்.

இவை அனைத்தும் புத்த சமய நூல்களின் வாயிலாகத் திரட்டிய தகவல்கள்.

இவ்வாறு தேர்ந்த வீரனாக மாற்றப்பட்டார் சந்திரகுப்தர். மகத நாட்டில் நந்தர்களின் ஆட்சியை அகற்றி மௌரியப்

செலியூகஸ் நிகேடர்

செலூகஸ் - மௌரியர் போர்

■■■■■■■■■

பேரரசை உருவாக்குவதற்கான நேரம் நெருங்கிவிட்டதை உணர்ந்தார் சாணக்கியர்.

அதாவது அப்போது உலகையே வென்று தனது கைக்குள் அடக்கி வைத்துக் கொள்ள வேண்டும் என்று கிரேக்கத்தில் இருந்து புறப்பட்டவர்தான் மாவீரர் அலெக்சாண்டர்.

மேற்கு ஆசியாவை வென்று வடமேற்கு இந்தியா மீது படை எடுத்தார் அலெக்சாண்டர். அப்படியே வடமேற்கு இந்தியாவில் கிரேக்கர்களின் ஆட்சியும் ஏற்படுத்தப்பட்டது.

மக்கள் மீது அதிகப்படியான வரிச்சுமையை ஏற்படுத்தினார்கள். அதனால் அங்குள்ள மக்கள் தாங்கமுடியாத துன்பத்திற்கு ஆளானார்கள். வெளிநாட்டவர்கள் மீது கோபம் கொண்டார்கள். கிரேக்கர்களை அறவே வெறுத்தார்கள். எப்படியாவது வெளிநாட்டவர்களை விரட்டிவிட்டுத் தங்கள் நாட்டவரின் ஆட்சி வரவேண்டும் என்று துடித்தார்கள்.

மேற்கு இந்தியாவில் அமைந்துள்ள பஞ்சாபின் இத்தகைய அரசியல் நிலைமை கிரேக்கர்களை அங்கிருந்து விரட்டுவதற்கு மிகவும் சாதகமாக அமைந்தது.

அங்கு மிகப் பெரிய அளவில் விடுதலைப் போர் வெடித்தது. மக்களின் எழுச்சியை அடக்க முடியாமல் கிரேக்கப் படையினர் குழம்பித் தவித்தனர்.

திகைத்தனர்.

இந்நிலையில் கிரேக்க ஆளுநராக அங்கு பதவி வகித்த பிலிப்போஸ் என்பவர் இந்த விடுதலைப் போரின்போது கொல்லப் பட்டார்.

நடுங்கிப் போனார்கள் கிரேக்க வீரர்கள்.

பஞ்சாப்பில் தங்களுக்குப் பாதுகாப்பு இல்லை என்று நினைக்கத் தொடங்கினார்கள்.

பயம் என்றால் என்னவென்றே அறியாத அவர்கள் பயத்தை உணர ஆரம்பித்தார்கள்.

அலெக்சாண்டரின் படையினர் வரிசையாகப் போரிட்டு வென்ற இடங்களில் எல்லாம் அரசப் படையினரின் எதிர்ப்பு மட்டுமே காணப்பட்டது. ஆனால் பஞ்சாபில் மக்களே திரண்டு எதிர்க்கத் தொடங்கியது அச்ச உணர்வை விதைத்தது.

மேலும் வெளிநாட்டவரிடையே நிறையக் குறைபாடுகளும் காணப்பட்டன. நீண்ட நாட்களாகப் போரிட்டுக் கொண்டே இருந்ததால் அவர்கள் மனதளவில் தளர்ந்து போயிருந்தார்கள். தங்களின் சொந்த மண்ணுக்குத் திரும்பிச் சென்று தங்களின் சொந்தக் குடும்பத்தைப் பார்க்க வேண்டும் என்ற உணர்வு அவர்களிடம் மிகுந்து காணப்பட்டது. எனவே தொடர்ந்து இந்திய மண்ணில் தடம் பதித்து நிற்க அவர்கள் விரும்பாமல் இருந்தனர்.

அத்துடன் இந்தியாவில் தான் கைப்பற்றிய பிரதேசங்களை கிரேக்க மற்றும் மாசிடோனியப் படைத் தலைவர்களின் பொறுப்பில் விட்டுச் சென்றிருந்தார் மாவீரர் அலெக்சாண்டர். ஆனால் கிரேக்க மற்றும் மாசிடோனியப் படைத் தலைவர் களிடையே பகை ஏற்பட்டது. ஒருவருக்கொருவர் சண்டையிடத் தொடங்கினார்கள்.

இவ்வாறான நிலைமை காரணமாக அந்நியர்களின் பலம் வெகுவாகக் குறைந்து காணப்பட்டது.

இப்படிப்பட்ட சூழலைத் தங்களுக்குச் சாதகமாக மாற்றிக் கொள்ள வேண்டும் என்று திட்டமிட்டார் சாணக்கியர்.

அந்நியர்களை இந்த மண்ணில் இருந்து அகற்றுவதுதான் முதல் பணியாக இருக்க வேண்டும் என்பது சாணக்கியர் மற்றும் சந்திர குப்தரின் திட்டமாக இருந்தது.

'அதற்காக வீரம் விளைந்த மண்ணான பஞ்சாப்பில் இருந்து வீரம் செழித்தோங்கிய இளைஞர்களைப் படையில் சேர்த்துக் கொண்டார்கள்' என்கிறார் எழுத்தாளர் ஜஸ்டின். அத்துடன் வெளிநாடுகளைச் சேர்ந்த கூலிப்படையினரையும் தமது படையில் சேர்த்துக் கொண்டார்கள்.

மட்டுமல்லாமல் தங்களது நிலையை மேலும் வலுப்படுத்திக் கொள்வதற்காக இந்திய மன்னர்களின் கூட்டணி ஒன்றையும் ஏற்படுத்திக் கொண்டார்கள்.

இப்படித் திட்டமிட்டு தங்கள் பலத்தைப் பெருக்கிக் கொண்டபிறகே கிரேக்கப் படைக்கு எதிராக மிகப் பெரிய போர் தொடங்கப்பட்டது.

எனினும் இந்தப் போரைப் பற்றிய குறிப்புகளோ, சான்று களோ இல்லை என்பதால் போர் எந்த ஆண்டு நடைபெற்றது, எவ்வளவு நாட்கள் நீடித்தது, எத்தனை பேர் கொல்லப்பட்டனர் என்பன போன்ற விவரங்கள் எதுவும் தெரியவில்லை.

ஆனால் அந்தப் போரில் மாபெரும் வெற்றியை சந்திரகுப்தர் பெற்றார் என்பதும், அந்நியர்கள் தாய் மண்ணில் இருந்து வெளி யேற்றப்பட்டனர் என்பதும் சான்றுகளின் மூலம் அறியப் படுகிறது.

மாவீரர் அலெக்சாண்டர் கி.மு. 323ஆம் ஆண்டு மரணம் அடைந்தார். இதனைத் தொடர்ந்து கி.மு. 321ஆம் ஆண்டு கணக்கீடு செய்யப்பட்டதில் சிந்துவிற்குக் கிழக்கே இந்தியாவின் எந்தவொரு பகுதியும் கிரேக்கப் பேரரசுடன் சேர்க்கப்படவில்லை என்பது குறிப்பிடத்தக்கது.

எனவே 323ஆம் ஆண்டுகளில் மௌரியர் விடுதலைப் போரை வெற்றிகரமாக முடிவுக்குக் கொண்டுவந்திருக்க வேண்டும் என்பதைப் புரிந்து கொள்ளலாம்.

இந்தப் பகுதியில் எஞ்சியிருந்த ஒரே கிரேக்க ஆளுநர் ஈயுடிமாஸ். இவர்தான் போரஸ் மன்னரைக் கொன்றவர். எனவே போரஸ் மன்னரின் ஆட்சிக்குட்பட்ட இந்தியாவின் வடக்குப் பகுதியான பஞ்சாப் நிர்வாகத்தின் பொறுப்பாளராக இவர் நியமிக்கப்பட்டார்.

மௌரியரின் மாபெரும் வீரத்தையும் படைபலத்தையும் கண்டு கி.மு. 317ஆம் ஆண்டு இந்தியாவை விட்டு நீங்கினார். பின்னர் 316ஆம் ஆண்டு இறந்தும் போனார்.

கி.மு. 340ஆம் ஆண்டு பிறந்த சந்திரகுப்த மௌரியர், கி.மு. 321ஆம் ஆண்டு முதல் மௌரியப் பேரரசை நிறுவினார்.

நந்த வம்சத்தை அடியோடு அழிப்பதற்காக சந்திரகுப்தர் சாணக்கியரின் துணையோடு கடைசி நந்த வம்ச மன்னரான தனநந்தரோடு போர் செய்தார். ஆனால் அந்தப் போரைப் பற்றிய தகவல்கள் எங்கும் கிடைக்கவில்லை.

அந்தப் போர் எத்தனை நாட்கள் அல்லது ஆண்டுகள் நடந்தன என்பதைப் பற்றிய விளக்கம் எதுவும் தெரியவில்லை. ஆனால் விரைவில் தந்திரமாகச் செயல்பட்டு தனநந்தரைத் தோற்கடித்தார் என்று தெரிகிறது.

எனினும் அலெக்சாண்டரைச் சந்தித்து நந்த வம்சத்தை ஆட்சியில் இருந்து அகற்றுவதற்காகப் பேசினார் சந்திர குப்தர்.

பஞ்சாப்பில் சந்தித்து உதவி கோரிய சந்திரகுப்தருக்கு உதவி அளிக்க மறுத்ததோடு அவரைக் கொலை செய்யுமாறும் ஆணை யிட்டார் அலெக்சாண்டர்.

உடனடியாக அலெக்சாண்டரின் முகாமில் இருந்து தப்பி யோடிவிட்டார் சந்திரகுப்தர். அத்துடன் தனநந்தருக்கு எதிராகப் போரிட பஞ்சாப்பில் ஆட்களைத் திரட்டியது குறிப்பிடத்தக்கது.

தமது முதல் தாக்குதலை நந்தப் பேரரசின் மையப்பகுதியில் நடத்தியதால் அந்தப் போரில் அவரால் வெற்றிபெற முடிய வில்லை.

பின்னர் தனது தவறை உணர்ந்து கொண்ட சந்திரகுப்தர் அப்பேரரசின் எல்லைப் பகுதிகளில் உள்ள மாநிலங் களை வென்று அங்கு தமது படையை நிறுத்திக் கொண்டார்.

தனது தாக்குதல் இனிமேல் பஞ்சாப்பில் இருந்து தொடங்க வேண்டும் என்று திட்டமிட்டார். அதற்கு முக்கியக் காரணம் இந்தியாவில் இருந்து வெளிநாட்டவர்களை விரட்டியடித்த பிறகே நந்தர்களை எதிர்கொள்ள வேண்டும் என்பதுதான்.

இந்தப் போரில் சந்திரகுப்தருக்கு உதவ இமாச்சலப் பிரதேச மன்னர் பர்வதகா என்பவர் தயாரானார். ஆனால் அதற்கு ஒரு நிபந்தனையையும் அவர் விதித்ததார்.

அதாவது நந்தர்களைத் தோல்வி அடையச் செய்த பிறகு மகத நாட்டின் ஒரு பகுதியை விட்டுக் கொடுக்க வேண்டும் என்பதுதான் பர்வதகாவின் நிபந்தனை.

அதற்குச் சம்மதம் தெரிவித்தார் சந்திரகுப்த மௌரியர்.

அப்போது பஞ்சாப் பிரதேசத்தின் ஆட்சியைத் தமது படைத் தலைவர் பிலிப் என்பவரிடம் ஒப்படைத்திருந்தார் அலெக்சாண்டர்.

கி.மு. 324ஆம் ஆண்டு பிலிப் கூலிப்படையினரால் படுகொலை செய்யப்பட்டார். இதனையடுத்து யூடிமாஸ் என்பவர் பஞ்சாப் ஆளுநராக நியமிக்கப்பட்டார்.

கி.மு. 323ஆம் ஆண்டு அலெக்சாண்டர் மரணமடைந்ததை அடுத்து கி.மு. 321ஆம் ஆண்டு இரண்டாவது முறையாகப் பங்கீடு செய்யப்பட்டது. அப்போது சிந்துவிற்குக் கிழக்கே இந்தியாவின் எந்தப் பகுதியும் கிரேக்கப் பேரரசுடன் சேர்க்கப்படவில்லை.

கி.மு. 317ஆம் ஆண்டு போரஸ் யூடிமோஸால் கொல்லப் பட்டார். இதுவே அங்கு கிளர்ச்சி ஏற்படுவதற்குக் காரணமாக அமைந்தது. அந்தப் போராட்டத்திற்கு சந்திரகுப்தர் தலைமை தாங்கினார்.

மக்களின் பயங்கர எதிர்ப்பைத் தாக்குப்பிடிக்காமல்தான் யூடிமோஸ் இந்தியாவை விட்டு வெளியேறினார்.

இதனையடுத்து பஞ்சாப் பிரதேசம் முழுவதும் சந்திரகுப்தரின் கீழ் வந்தது.

அவரது முதல் வெற்றி இது என்றே கூறலாம்.

பஞ்சாப் வெற்றிக்குப் பிறகு கிழக்குத் திசை நோக்கி அவரது கவனம் திரும்பிற்று. மகத நாட்டை ஆட்சி செய்த நந்தர்களின் கொடுங்கோல் ஆட்சியை முடிவுக்குக் கொண்டுவருவதுதான் அவரது அடுத்த திட்டம்.

இந்தக் காலக்கட்டத்தில்தான் இமாச்சலின் மன்னர் பர்வதகா உதவி தேவைப்பட்டது.

அவருடன் செய்துகொண்ட ஒப்பந்தத்தை அடுத்து கி.மு. 314ஆம் ஆண்டு நந்தர்களுக்கு எதிரான போர் தொடங்கியது.

கடைசியாகவே பேரரசின் தலைநகர் பாடலிபுத்திரத்தை முற்றுகையிட்டார் சந்திரகுப்தர்.

அந்தச் சண்டை மிகப் பயங்கரமாக இருந்தது. போரில் ஒன்பது நந்தர்களும் கொல்லப்பட்டனர். மகாபத்ம நந்தரின் குடும்பம் முழுவதும் அழிக்கப்பட்டது.

அதன்பிறகு வெற்றிகரமாக பாடலிபுத்திரம் கைப்பற்றப் பட்டது. நந்தர்களின் ஆட்சி முடிவுக்கு வந்தது.

முடிசூட்டல்

பாடலிபுத்திரமே திரண்டு நின்று ஆரவாரித்தது. அதுவரை யார் ஆண்டால் நமக்கென்ன என்ற மனப்பாங்கில் இருந்த மக்கள் தங்களுக்கு இனிமேல் விடியல்தான் என்பதை உணர்ந்து உடனே உற்சாகத்தோடு வீதிக்கு விரைந்து வந்தனர்.

“இனிமேல் நமக்கு மன்னர் சந்திரகுப்தர் தான்” என்று முழக்க மிட்டனர்.

“காட்டுமிராண்டிகளிடம் இருந்து நம்மை மீட்டார். நம் தர்மம், கலாச்சாரம், பண்பாடு ஆகியவற்றைக் காக்கும் தகுதி உள்ளவர் சந்திரகுப்தரே. அவருக்கே பட்டம் சூட்டுவோம்” என்று மகிழ்ச்சியாக முழங்கினர்.

இவ்வாறு வெற்றி முழக்கத்தோடு மகதப் படைகள் சூழ சந்திரகுப்தர் வீதிதோறும் பவனியாக அழைத்துவரப்பட்டார்.

புதிதாக இலச்சினை ஒன்றை சாணக்கியர் உருவாக்கி இருந்தார். அதில் இமலாயத்துக்கு மேல் பிறைச் சந்திரன்

அரண்மனையில் சாணக்கியருடன் சந்திரகுப்த மௌரியர்

சந்திரகுப்த மௌரியர்

தோன்றுவதுபோன்ற மணிமுடியின் வடிவமும், அதன் முன் மயில் ஒன்று ஆடுவது போலவும் பொறிக்கப்பட்டிருந்தது.

இச்சின்னம் பொறிக்கப்பட்ட கொடிகளை ஏந்திக் கொண்டு மக்கள் உற்சாக முழக்கமிட்டவாறே வந்தனர்.

சுகங்கா அரண்மனை முன்பாகவும் ஆயிரக்கணக்கில் மக்கள் கூட்டம்.

தனது வலது காலை எடுத்து வைத்து சந்திரகுப்தர் அரண்மனைக்குள் செல்ல, அடுத்து சாணக்கியரும் அவ்வாறே அடிவைத்துச் சென்றார்.

வங்கப் புலித் தோலில் அழகோடு அமைக்கப்பட்டிருந்தது சிம்மாசனம். அதைச் சுற்றி மூன்று புறமும் தங்க ஜாடிகளில் பூங்கொத்துக்களும் தானியங்களும் காட்சியளித்தன.

தங்கப் பாத்திரம் ஒன்றில் புரோகிதர்களால் ஜெபிக்கப்பட்ட மஞ்சள் கலந்த அட்சதை இருந்தது.

மற்றொரு தங்கக் கலசத்தில் புனித நதிகளில் இருந்து கொண்டுவந்த தீர்த்தம் இருந்தது.

வெண் கடுகு, பொரி அரிசி, பருப்பு வகைகள் பழைய வழக்கப்படி அங்கே வைக்கப்பட்டிருந்தன.

தங்கப் பாத்திரங்களில் சந்தனமும், நறுமணப் பொருட்களும் வைக்கப்பட்டிருந்தன.

பளபளப்பான பித்தளைக் குத்துவிளக்குகள் தீபத்துடன் காட்சியளித்தன.

சாணக்கியரும், மகத சாம்ராஜ்யத்திற்கு உட்பட்ட சிற்றரசான ஆந்திர நாட்டு மன்னர், பத்திரபடன், புருஷதத்தன், திங்கரதன், ராஜசேனன், பலகுப்தன், புஷ்யகுப்தன், சுபந்து உள்ளிட்டோரும் சிம்மாசனத்திற்கு சந்திரகுப்தரை அழைத்துச் சென்றனர்.

புரோகிதர்கள் மந்திரங்கள் ஜெபித்தவாறு ஹோமம் வளர்த்தனர்.

அனைத்து வழிபாடுகளும் முடிந்ததும் புதுப்பட்டாடை உடுத்தச் செய்து, கதிரா என்னும் மரத்தால் செய்யப்பட்ட சிம்மா சனத்தில் சந்திரகுப்தர் அமர்ந்தார்.

மந்திரம் ஓதப்பட்ட அம்புகளும் வில்லும் அவரிடம் கொடுக்கப்பட்டன.

உடனே ராஜ புரோகிதரான சுபந்து சந்திரகுப்தரை ஆண்டவன் மேல் ஆணையிட்டு அரச பதவியை ஏற்கச் செய்தார்.

பின்னர் மற்றொரு வாள் சந்திரகுப்தரிடம் கொடுக்கப் பட்டது. பிரதம அமைச்சராக நியமிக்கப்படுவதாகக் கூறி அந்த வாளை சாணக்கியரிடம் அளித்தார்.

அதைப் பெற்றுக்கொண்ட சாணக்கியர் பிரதம அமைச்சராகப் பதவியேற்றுக் கொண்டார்.

பின்னர் நக்ரநாசன், சகாதலன் ஆகியோர் அமைச்சர்களாகப் பதவியேற்றனர்.

அவையில் மகிழ்ச்சி ஆரவாரம் எழுந்தது. கைதட்டல் ஒலி பாடலிபுத்திரத்தையே அதிரச் செய்தது.

நாதஸ்வரம், வீணை, புல்லாங்குழல், மிருதங்கம் ஒலித்து இசைத்தன. பேரழகிகள் நூறு பேர் தேர்ந்தெடுத்த கீதத்தை இசைத்தனர்.

கடைசியாக சாணக்கியர் எழுந்து நின்று, "இன்று முதல் அரசின் பொற்கொல்லர்களும், நாணயம் தயாரிக்கும் அதிகாரிகளும் தங்கம் மற்றும் வெள்ளி நாணயங்களில் சந்திரகுப்தரின் மணிமுடியில் இமாலயத்தின் மேல் பிறைச் சந்திரன் தோன்றுவது போல அமைந்த உருவத்தைப் பொறித்து வெளியிடுவர். இங்கே வந்திருக்கும் அனைவரும் ஒவ்வொரு பொற்காசு வழங்கப்படும்" என்று அறிவித்தார்.

இவ்வாறாக முடிசூட்டு விழா மிகச் சிறப்பாக நடந்தது.

அடுத்து சந்திரகுப்தரின் பாதுகாப்பு குறித்து முக்கிய முடிவுகளை மேற்கொண்டார் சாணக்கியர்.

அரண்மனைக் காவல் தலைவர் ராஜசேனனை அழைத்து, மெய்க்காவலர் படை மற்றும் அரண்மனைக் காவல் படை ஆகியவற்றில் காவலர்களாக இருக்கும் அந்நிய நாட்டவர்கள், மன்னரின் பாராட்டுக்குத் தகுதியற்றவர்கள், இந்த அரசாங்கத்தின் மீது உள்ளுக்குள் பகை உணர்வு கொண்டவர்கள் ஆகிய சந்தேகப் பேர்வழிகளை பணியில் இருந்து நீக்கிவிடுமாறு உத்தரவிட்டார்.

அரண்மனைக்குள் தீ விபத்து ஏற்படாமல் பாதுகாக்க வேண்டும் என்றும், விஷப் பாம்புகள் உள்ளே நுழைந்துவிடாமல் தீவிரமாகக் கண்காணிக்க வேண்டும் என்றும் உத்தரவிட்டார்.

இவ்வாறு பல்வேறு அதிரடி நடவடிக்கைகளைத் துரிதமாக மேற்கொண்டார் சாணக்கியர்.

இந்நிலையில் சந்திரகுப்தருக்கு உதவியாக இருந்த பர்வதகா இறந்துவிடவே அவர் ஆட்சியின் கீழிருந்த இமாச்சலையும் மகத நாட்டுடன் இணைத்து மிகப் பெரிய பேரரசை நிறுவினார்.

கி.மு. 313ஆம் ஆண்டு பாடலிபுத்திரத்தைத் தலைநகராகக் கொண்டு மகத நாட்டில் மௌரியப் பேரரசை சந்திரகுப்தர் நிறுவினார்.

இதனிடையே அலெக்சாண்டரின் மரணத்திற்குப் பிறகு செலுகஸ் பாபிலோனின் மன்னரானார். அவர் அலெக்சாண்டரின் படைத் தளபதிகளில் ஒருவர். இந்தியப் பகுதிகளைத் தமது ஆதிக்கத்தின் கீழ் கொண்டுவர வேண்டும் என்று விரும்பினார்.

கி.பி. 305ஆம் ஆண்டு காபூல் வழியாகத் தமது படையுடன் சிந்துநதியைக் கடந்தார். மௌரியப் பேரரசுடன் மிகக் கடுமையான யுத்தம் நடத்தினார். கி.மு. 303ஆம் ஆண்டு வரை அந்தப் போர் நடைபெற்றது.

எனினும் அந்தப் போரில் செலூகஸ் தோல்வியடைந்தார்.

இதனையடுத்து சந்திரகுப்தருடன் ஓர் ஒப்பந்தம் செய்து கொள்ள வேண்டியது கட்டாயமாயிற்று. ஆனால் அந்த ஒப்பந்தம் சந்திரகுப்தருக்கு சாதகமானதாக அமைந்தது.

அதாவது கந்தகார், காபூல், ஹெராட், பலூசிஸ்தானத்தின் சில பகுதிகள் சந்திரகுப்த மௌரியருக்குச் சொந்தமானதாக அறிவிக்கப்பட்டது.

சிந்து மாகாணம் மற்றும் பஞ்சாப் பகுதிகள் முழுவதும் சந்திரகுப்தருக்கு உரிமையாக்கப்பட்டது.

இதனையடுத்து செலூகஸ் தனது மகளை சந்திரகுப்தருக்குத் திருமணம் செய்வித்து நல்ல உறவையும் வளர்த்துக்கொண்டார்.

செலூகஸுக்கு ஐநூறு போர் யானைகளைப் பரிசாக வழங்கினார் சந்திரகுப்தர். மௌரிய அரசவையில் தமது தூதுவராக மெகஸ்தனிஸ் என்பவரை நியமித்தார் செலூகஸ்.

பின்னர் சௌராஷ்டிரத்தையும் வென்று தமது மௌரியப் பேரரசோடு சந்திரகுப்தர் இணைத்துக் கொண்டார். கிர்நார் கல்வெட்டில், 'சந்திரகுப்தரது பேரரசின் ஒரு மாநிலம் சௌராஷ்டிரம். அங்கு அவர் ஆளுநர் ஒருவரை நியமித்து அவரது உதவியோடு அணை ஒன்றைக் கட்டினார்' என்று குறிப்பிடப்பட்டுள்ளது.

மௌரியர்கள் தென்திசையில் தங்கள் அதிகாரத்தைப் பரவலாக்கியதாகத் தெரிகிறது. அதற்கான குறிப்புகள் நமது சங்க இலக்கியங்களில் காணப்படுகின்றன.

சங்ககாலப் புலவர் மாமூலனார், பரணர் ஆகியோர் மௌரியர்கள் மலைகளையும் கடந்து திருநெல்வேலி வரையிலும் படை எடுத்து வந்ததாகக் கூறியுள்ளனர்.

வடுகர்களும் கோசர்களும் மௌரியப்படையில் சேர்ந்து கொண்டு தென்னிந்தியப் படையெடுப்பிற்கு உதவியதாக மாமூலனார் பதிவு செய்துள்ளார்.

மௌரியர்கள் படையெடுத்ததாகக் கூறியதால் மௌரிய மன்னர்களில் யாரைக் குறிப்பிடுகிறார் என்ற சந்தேகம் எழத்தான் செய்யும்.

ஆனால் மாமன்னர் அசோகரது பட்டயங்களில் தமிழ் அரசுகள் அவரது அரசியல் ஆணைக்கு உட்பட்டனவாக இல்லை என்று கூறுகின்றன. எனவே மௌரியர்கள் என்பது சந்திரகுப்த மௌரியரைத்தான் குறிப்பிடுவதாக வரலாற்று ஆசிரியர்கள் தெரிவிக்கின்றனர்.

'சந்திரகுப்தர் இந்தியா முழுவதையும் வென்று தனது ஆதிக்கத்தின் கீழ்க் கொண்டு வந்தார்' என்கிறார் பிரபல கிரேக்க வரலாற்று ஆய்வாளர் புளூடார்க்.

நாவலந் தீவு என்று அழைக்கப்படும் வடதேசம் முழுவதையும் சந்திரகுப்தர் ஆட்சி செய்ததாக மகாவம்சம் தெரிவிக்கிறது.

'சந்திரகுப்த மௌரியர் ஆட்சி ஆரம்பத்தில் திருநெல்வேலி வரைப் பரவி இருந்தது' என்கிறார் வரலாற்றுப் பேராசிரியர் அய்யங்கார்.

எனினும் மைசூரில் காணப்படும் கல்வெட்டுக்களில் இருந்து மைசூர் வரை சந்திரகுப்தரின் ஆட்சி பரவி இருந்தது தெளிவாக உறுதிப்படுத்தப்பட்டுள்ளது.

ஜூனாகட் பகுதியில் உள்ள கல்வெட்டுக்களில் சௌராஷ்டிரா முழுவதும் சந்திரகுப்தரின் ஆட்சி அதிகாரத்தில் இருந்ததாகக் குறிப்பிடப்பட்டுள்ளது. மேலும் விந்திய மலைப் பகுதியின் கணிசமான பகுதி அவரது ஆட்சியின் கீழ் இருந்தது.

ஆக, தெற்கே மைசூரில் இருந்து வடமேற்கே பாரசீகம் வரையிலும் அவரது சாம்ராஜ்யம் விரிந்து பரந்திருந்தது என்று தெரிகிறது. மேற்கே கொங்கணம் முதல் கிழக்கே வங்காளம் வரை அவரது பேரரசுக்கு உட்பட்டிருந்தன.

மிக உயர்ந்த இறையாண்மை மிக்கவராக அகண்ட பாரதத்தை ஆட்சி செய்தார் சந்திரகுப்தர். அவரது எதிரிகள் அஞ்சும் விதமாக வலிமைமிக்க அசைக்க முடியாத சாம்ராஜ்யத் தின் பேரரசராக விளங்கினார்.

அலெக்சாண்டரின் முக்கியத் தளபதியாக இருந்த செலுகஸ் நிகேடர் கிமு. 312ஆம் ஆண்டு பாபிலோனின் மன்னராகப் பொறுப்பேற்றார். அங்கு தனது ஆதிக்கத்தை வலுவாக ஊன்றிய

பிறகு, கி.மு. 305ஆம் ஆண்டு இந்தியாவை நோக்கி அவரது பார்வை திரும்பியது.

செலூக்கஸ் படை இந்தியாவின் மீது படையெடுத்தது. சந்திர குப்த மௌரியப் படைகளோடு மிகப் பயங்கர யுத்தம் நடந்தது. எனினும் வலிமைவாய்ந்த மௌரியப் படையை எதிர்த்து அவர்களால் வெற்றிபெற முடியவில்லை.

தென்இந்தியாவை முற்காலச் சோழ மன்னர்கள் ஆட்சி செய்து கொண்டிருந்த காலக்கட்டத்தில்தான் இந்த யுத்தம் நடந்தது.

செலூக்கஸ் சிந்து நதியைக் கடந்து இந்தியாவிற்குள் தன் படையுடன் நுழைந்தார். அந்தக் கிரேக்க சாம்ராஜ்யத்தை

குதிரையில் சந்திரகுப்த மௌரியர்

ஹெலனா

■■■■■■■■

எதிர்த்துப் போரிடுவதற்காக இரண்டு லட்சம் வீரர்களோடு களம் இறங்கினார் சந்திரகுப்தர்.

போர் முழுவதும் யானையை விட்டுக் கீழே இறங்காமலேயே சந்திரகுப்தர் போரிட்டதாக ரோமானிய வரலாற்று ஆய்வாளர் கள் தெரிவிக்கின்றனர்.

இவ்வளவு பெரிய படையை செலூக்கஸ் எதிர்பார்க்க வில்லை என்றும், அதுவே அவரது தோல்விக்கு வழிவகுத்தது என்றும் அவர்கள் கூறுகின்றனர்.

போரில் பெரும் தோல்வியை அடைந்ததை அடுத்து மௌரியப் பேரரசோடு சமாதான உடன் படிக்கை ஒன்றை செலூக்கஸ் செய்துகொள்ள வேண்டிய கட்டாயம் ஏற்பட்டது.

சந்திரகுப்தருக்கு சாதகமாகவே அந்த ஒப்பந்தம் செய்து கொள்ளப்பட்டது. செலூக்கியப் பேரரசுக்குச் சொந்தமான ஆப்கானிஸ்தான் மற்றும் பலூசிஸ்தான் பகுதிகள் மௌரியப் பேரரசுடன் இணைக்கப்பட்டன.

செலூக்கஸ் நிகேடரின் மகளை சந்திரகுப்த மௌரியருக்கு மணம் செய்து கொடுத்தார். இதற்கு வரதட்சணையாகத்தான் மேற்கண்ட பிரதேசங்களை சந்திரகுப்தருக்குக் கொடுத்ததாகக் கூறப்படுகிறது.

மெகஸ்தனிஸ் என்பவர் செலூக்கியப் பேரரசின் தூதராக மௌரியப் பேரரசில் நியமிக்கப்பட்டார். ஆனால் பதிலுக்கு மௌரியப் பேரரசில் இருந்து யாரும் கிரேக்கத்திற்குத் தூதராக நியமிக்கப்பட்ட தகவல்கள் எதுவும் இல்லை.

சந்திரகுப்த மௌரியர் 500 யானைகளை செலூக்கஸுக்குப் பரிசாக வழங்கினார்.

அப்போது துவங்கிய கிரேக்கத்துடனான நட்பைப் பல ஆண்டுகள் தொடர்ந்து காப்பாற்றி வந்தார் சந்திரகுப்தர்.

செலூக்கஸ் உடனான போருக்குப் பிறகு சந்திரகுப்தர் வேறு எந்தப் போரையும் நடத்தவில்லை. மீதமிருந்த 16 ஆண்டுகளும் அவர் தமது சாம்ராஜ்யத்தின் மேன்மைக்கான நிர்வாகத் திட்டமிடல்களைத்தான் செய்தார்.

திருமணம்

செலூக்கஸ் மகளை சந்திரகுப்தருக்கு மணம் செய்துவிக்க காரணம் என்ன என்று பார்த்தால் அதிலும் முக்கியக் காதல் விஷயம் அடங்கி இருப்பது தெரியும்.

சந்திரகுப்தர் இளைஞனாக இருந்த சமயத்தில் ஒருநாள் ஜீலம் நதிக்கரையோரம் குதிரையில் சென்று கொண்டிருந்தார். அப்போது ஒரு அழகிய பெண்ணைப் பார்த்தார்.

பளிங்கைப் போன்ற உடலும், பொன்னிறத்தாலான கூந்தலும், நீலநிறக் கண்களும், வசீகரப் புன்னகையுமாகப் பேரழகு டன் திகழ்ந்தாள் அந்தப் பெண்.

'யார் இந்தத் தேவதை! வானத்தில் இருந்து பறந்துவந்த தேவதையா!' என்று சந்திரகுப்தரின் மனம் வியப்பில் ஆழ்ந்தது.

அவள் வேறு யாருமில்லை. கிரேக்கத்தை ஆட்சி செய்த மன்னர் செலூக்கஸ் நிகேடரின் மகள் ஹெலனா!

பார்த்த நொடிப் பொழுதிலேயே மனதையும் பறிகொடுத்தார் அவர்.

அப்போது மகத நாட்டின் பேரரசராக அவர் இல்லை. ஒரு சாதாரண இளைஞன். மகத நாட்டை ஆட்சி செய்த நந்தர்களின் விரோதி. ஆட்சியாளருக்குப் பயந்து காட்டில் அலைந்து கொண்டிருந்தவர்.

ஆனால் ஹெலனா?

மிகப் பெரிய கிரேக்கப் பேரரசின் மன்னர் மகள்!

ஆனால் காதலுக்கு அது தெரியவில்லை.

துணிச்சல்மிக்க மாவீரர் என்பதால் தைரியமாகப் பாதுகாப்பு காவல்களைத் தகர்த்தெறிந்துவிட்டு புறாக்கள் மூலமாக ஹெலனாவிற்குக் காதல் கடிதங்களை அனுப்பினார்.

சந்திரகுப்தர் யார் என்றே தெரியாத ஹெலனா முதலில் அதிர்ச்சி அடைந்தாள். பின்னர் அவரைப் பற்றி விசாரித்தார்.

சந்திரகுப்தரின் வீரபிரதாபங்களைப் பற்றிப் பலரும் பிரமாதமாகச் சொல்லவே இனம் புரியாமல் அவளும் காதல் வலையில் சிக்கிக் கொண்டாள்.

கற்பனையிலேயே சந்திரகுப்தர் எப்படி இருப்பார் என்று ஒரு பிம்பத்தை மனதில் உருவாக்கிக் கொண்டாள்.

ஹெலனா மீதான காதலைப் பற்றி சாணக்கியரிடம் மனம் விட்டுப் பேசினார் சந்திரகுப்தர். அத்துடன் அவளை மணம் செய்வதற்குத் துணைபுரிய வேண்டும் என்றும் கோரினார்.

அவருக்கு ஒரு அருமையான யோசனையைக் கூறினார் சாணக்கியர். "அலெக்சாண்டருக்குப் பிறகு வலிமை மிக்கவனாக விளங்குபவன் செலூக்கஸ். படைபலமும் அதிகம். அப்படிப்பட்ட வனின் மகளை மணக்க வேண்டும் என்றால் உன் வீரத்தை அவனிடம் காண்பிக்க வேண்டும். அதாவது அவனைப் போரிட்டு வெற்றி கொள்ள வேண்டும். அப்படி அவனோடு போரிடுவது சுலபமல்ல. அதற்கு முதலில் நந்தனை வென்று மகத நாட்டின்

அரியணையில் நீ அமர வேண்டும். அதுவரை உன் காதலிக்காக நீ காத்திருக்க வேண்டும்" என்றார்.

இதைக்கேட்டு சந்திரகுப்தர் துவண்டு போகவில்லை. "இவ்வளவு தானா? விரைவிலேயே நந்தர்களை ஒழித்து ஆட்சியைப் பிடிக்கிறேன். அப்புறம் ஹெலனாவைத் திருமணம் செய்துகொள்கிறேன்" என்றார் வீராதி வீரர்.

காலமும் கைகூடியது.

நந்தர்களை எதிர்த்து வெற்றிவாகை சூடிய சந்திரகுப்தர் மகத நாட்டின் பேரரசரானார்.

அப்படியே செலூக்கஸ் உடனான போரிலும் வெற்றியை அடைந்த சந்திரகுப்த மௌரியர், உடன்படிக்கை செய்து கொண்டார்.

அப்படித்தான் அந்த உடன்படிக்கையில் ஹெலனாவை மணமுடித்துத் தர வேண்டும் என்பதையும் சேர்த்தார்.

இப்படி ஒரு நிபந்தனையை எதிர்பாராத செலூக்கஸ் திடுக்கிட்டுப் போனார்.

சந்திரகுப்த மௌரியரின் மணவிழாக் கொண்டாட்டம்

முதலில் அதற்கு அவர் சம்மதிக்கவில்லை. ஆனால் அவரது மகள் ஹெலனா, "மணந்தால் சந்திரகுப்தனைத் தான் மணப்பேன். இல்லையென்றால் எனக்குத் திருமணமே வேண்டாம்" என்று உறுதியாகக் கூறிவிட்டாள்.

அப்போதுதான் ஹெலனாவுக்கும் சந்திரகுப்தருக்கும் இடையே காதல் இருப்பது அவருக்குத் தெரியவந்தது.

அதற்கு மேலும் செலூக்கஸால் சம்மதம் தெரிவிக்காமல் இருக்க முடியவில்லை.

சந்திரகுப்தர் - ஹெலனா திருமணம் நடந்தேறியது.

சந்திரகுப்த மௌரியரின் பட்டத்து மகாராணி துர்தாரா என்பவர் ஹெலனா என்கின்றனர் சில வரலாற்று ஆசிரியர்கள்.

ஹெலனா என்பவர் தியோடர் என்று அழைக்கப்பட்டுப் பின்னர் துர்தாரா என்று அழைக்கப்பட்டார் என்பது அவர்கள் வாதம்.

ஆனால் இன்னும் சில வரலாற்று ஆய்வாளர்கள் சந்திரகுப்த மௌரியரின் மகாராணி துர்தாரா என்பவர் தன நந்தனின் மகள் என்கின்றனர்.

ராஜ பாதை

இந்திய வரலாற்றின் முக்கிய அம்சங்களில் ஒன்றாக இருப்பது நெடுஞ்சாலை. அதை அமைப்பதில் மௌரியர்கள் மிக முக்கிய கவனம் செலுத்தியது பாராட்டுக்குரியது.

அதன் விளைவாக அமைக்கப்பட்டதுதான் கிராண்ட் ட்ரங்க் ரோடு.

இது இந்தியாவின் மிக நீண்ட நெடுஞ்சாலை. கி.மு. 3ஆம் நூற்றாண்டில் சந்திரகுப்த மௌரியரால் உருவாக்கப்பட்டது. கிழக்கே வங்காள தேசத்தின் சிட்டகாங்கில் தொடங்கி கங்கை நதி ஓரமாக நீண்டு வளைந்து கைபரைச் சென்றடைந்து ஆப் கானிஸ்தானின் காபூல் வரை நீண்டு கிடக்கிறது இந்தச் சாலை.

தற்போதைய மேற்குவங்கம், ஜார்கண்ட், பீகார், உத்தரப் பிரதேசம், டெல்லி, ஹரியானா, பஞ்சாப் ஆகிய மாநிலங்கள் ஊடாக பாகிஸ்தானை அடைந்து அங்கிருந்து ஆப்கானிஸ்தான் வரை செல்கிறது.

2 ஆயிரத்து 500 கிலோ மீட்டர் தூரத்தை இணைக்கும்

இந்த நெடுஞ்சாலை 'உத்ர பாதை' என்று அழைக்கப்படுகிறது. அத்துடன் 'ராஜ பாதை' என்ற சிறப்புப் பெயரும் இதற்கு உண்டு.

மேற்காசிய நாடுகளுடனான வர்த்தகப் பரிமாற்றம் செய்து கொள்வதே இந்தச் சாலையின் முக்கிய நோக்கமாக இருந்தது. மேலும் தக்காணத்தில் இருந்து பாடலிபுத்திரம் வரை வணிகர்கள் எளிதாகச் சென்று வருவதற்கும் இந்தப் பாதை உதவிகரமாக இருந்தது.

இந்தச் சாலை பராமரிப்புப் பணியை சந்திரகுப்தரின் படைப் பிரிவு கவனித்துக் கொண்டது. எனவே இது பாதுகாப்பான பயணத்தை உறுதி செய்வதாக அமைந்தது.

இச்சாலை வழியாக மேற்கொள்ளப்பட்ட வர்த்தகம் குறித்து மெகஸ்தனிஸ் தனது நூலில் விரிவாகக் குறிப்பிட்டுள்ளார்.

புரஸ்பூர், ஹஸ்தினாபூர், கன்யகுப்ஜா, பிரயாகை, பாடலி புத்திரம், தாமிரலிப்டா, தட்சசீலம் ஆகிய ஏழு முக்கிய நகரங்கள் இந்தச் சாலை வழியாக இணைக்கப்பட்டன.

15 ஆண்டுகளை இந்தியாவில் கழித்த மெகஸ்தனிஸ் இந்தச் சாலை குறித்து இவ்வாறு பதிவு செய்துள்ளார்.

நிர்வாகத் திறன்

சந்திரகுப்தரின் ஆட்சிக் காலத்தில் ஆறு முக்கியத் துறைகள் வகுக்கப்பட்டன.

1. வணிகம் மற்றும் தொழில்
2. காவல்
3. உள்கட்டமைப்பு
4. புள்ளியியல்
5. சுற்றுலா
6. நீதி

வர்த்தகத்தில் பல வரைமுறைகள் நிர்ணயிக்கப்பட்டன. முறையான அளவைகள், வரிகள் கொண்டுவரப்பட்டன.

நீதிமன்றங்கள் சாணக்கியரின் வழிகாட்டுதலின்படி மிகச் சிறப்பாகச் செயல்பட்டன. அங்கு வழங்கப்படும் தண்டனைகள் கடுமையாக இருந்தன. திருட்டு, வரி ஏய்ப்புக்குக்கூட மரண தண்டனை அளிக்கப்பட்டது.

நகர நிர்வாகம், குறை கேட்புக் கூட்டங்கள் ஆகியவற்றை நடத்தி மக்களின் சுமைகளைக் குறைப்பதை அரசின் முக்கிய நோக்கமாகக் கொண்டிருந்தார்.

சந்திரகுப்த மௌரியரின் ஆட்சி முறை எவ்வாறு இருந்தது என்பதை இரண்டு நூல்கள் வாயிலாக அறிந்து கொள்ளலாம். ஒன்று சாணக்கியரின் 'அர்த்த சாஸ்திரம்'. இரண்டு மெகஸ்தனிஸின் 'இண்டிகா' என்னும் நூல்.

மக்களின் வரிப்பணத்தின் மூலம் தனக்குத் தேவையான அரண்மனை, தர்பார் மண்டபம் போன்றவற்றைக் கட்டி அதனை அலங்கரித்துக் கொண்டார்.

ஆனால் சந்திரகுப்தரின் வழிவந்த அசோகச் சக்ரவர்த்தியோ அனைத்து வருவாயையும் மக்கள் நலப்பணிகளுக்கே செலவிட்டார் என்பது குறிப்பிடத்தக்கது.

அந்நியர்களின் படையெடுப்பின்போது குடிமக்களைப் பாதுகாப்பது அரசரின் கடமை என்பதில் உறுதியாக இருந்தார் சந்திரகுப்தர்.

வலுவான ஒற்றர்படையை உருவாக்கி இருந்தார். மக்களிடம் அவ்வப்போது சென்று அவர்களின் மனநிலையை அறிந்து மன்னருக்குத் தெரிவிப்பார்கள் அப்படையினர். அரசுக்கு எதிராக கலகம் மற்றும் சதிகளில் ஈடுபடுவோர்களையும் கண்டறிவர்.

பெண்கள் தனிஉரிமை அற்றவர்களாகவே இருந்தனர். சில பெண்கள் தங்கள் திறமையால் முன்னணிக்கு வந்தபோதும் அவர்களை சமூகம் அங்கீகரிக்கவில்லை.

அடிமை முறை வழக்கில் இருந்தது. செல்வந்தர்கள் அடிமைகளை அமர்த்தி வேலை வாங்கிக் கொண்டிருந்தனர். அடிமைகளை விற்பதும் வாங்குவதுமான சந்தைத் தொழில் அமோகமாக நடைபெற்றது.

செல்வந்தர்கள் தாராளமாக மது அருந்தினர். அதேநேரத்தில் குடிமக்கள் அங்கீகாரம் பெற்ற மதுக்கடைகளில் மதுவைக் குடித்து இன்புற்றனர்.

வேட்டையாடுதல், நடனமாடுதல் போன்றவை மக்களின் பொழுதுபோக்காக இருந்தது. குடிமக்கள் ஒழுக்கநெறிகளைப் பின்பற்றி வாழ்ந்தனர். ஒழுக்கக் கேட்டில் ஈடுபடுபவர்கள் கடுமையாகத் தண்டிக்கப்பட்டனர்.

சந்திரகுப்த மௌரியர் ஆட்சியில் உள்ளாட்சித்துறை மிகச் சிறப்பாகச் செயல்பட்டது.

நீர்வழிப் போக்குவரத்து அமைக்கப்பட்டது. நெடுஞ்சாலைகள் அமைக்கப்பட்டு தரைவழிப் போக்குவரத்தும் நடைபெற்றன. சாலைகளில் மைல் கற்கள் நடப்பட்டன.

உள்நாட்டு வணிகம் வெகு சிறப்பாக நடைபெற்றது. வணிகர்கள் தங்கிச் செல்வதற்காகச் சத்திரங்கள் இருந்தன.

வழிப்பறிக் கொள்ளையர்கள் முற்றிலுமாக ஒழிக்கப் பட்டிருந்தனர்.

நீதி நெறி

பெரும்பாலும் தனது ஓய்வு நேரத்தை அரண்மனையிலேயே கழித்தார். ஆயுதம் ஏந்திய மெய்க்காப்பாளர்கள் எப்போதும் அவரது பாதுகாப்பில் கவனமாக இருந்தனர்.

அலுவல் நிமித்தமாகவோ அல்லது வேறு காரணங் களுக்காகவோ அவர் வெளியே செல்கிறபோது தங்கத்தால் எம்ப்ராய்டரி வேலைப்பாடுகள் செய்த நீல நிறத்தாலான மஸ்லின் ஆடைகளை அணிந்திருப்பது வழக்கம்.

குறுகிய பயணங்களை அவர் மேற்கொள்ளும்போது குதிரையில் ஏறிப் பயணித்தார். சற்று தூரமாக இருந்தால் யானை மீது அமர்ந்து செல்வதை வழக்கமாகக் கொண்டிருந்தார்.

பகல் நேரத்தில் உறங்கும் பழக்கம் அவருக்குக் கிடையாது.

நிர்வாகம் அவரது நேரடிப் பார்வையில்தான் நடைபெறும். நீதியிலும் அவர் முழுமையாக ஈடுபட்டார். நாள் முழுவதும் அமர வேண்டிய நிலை இருந்தால் அதற்காக அவர் தயங்கியதே கிடையாது. வழக்கு விசாரணையை முடித்து நீதி வழங்கிய பிறகே அந்த இடத்தைவிட்டு அகல்வார்.

நீதியில் முறைகேடுகள் நடப்பதை முற்றிலும் தடுத்து நிறுத்தி உண்மையின் பக்கம் உறுதியாக நின்றவர் சந்திரகுப்தர்.

தொடர்ந்து வழக்குகளை விசாரிக்கும்போது அவரது உடல் வலியைத் தணிப்பதற்காக நான்கு உதவியாளர்கள் மசாஜ் பணியைச் செய்வது வழக்கம்.

இவ்வாறான காரணங்களால்தான் பகலில் உறங்கும் பழக்கம் அவருக்கு இல்லாமல் போனது.

படைபலம்

மௌரியப் பேரரசின் படைபலம் மிக வலிமையானது. 60 ஆயிரம் காலாட் படை வீரர்களைக் கொண்டதாக இருந்தது. 30 ஆயிரம் குதிரைப் படையும், ஆயிரம் யானைப் படையும் இருந்தன. 8 ஆயிரம் தேர்ப் படையினரும் மௌரியப் பேரரசில் இடம்பெற்றிருந்தனர்.

ஒவ்வொரு தேரிலும் மூன்று வீரர்கள் செல்வார்கள். படை நிர்வாகிகள் 30 பேர் ஆறு குழுக்களாகப் பிரிந்து செயல்பட்டனர். பேரரசர் படைகளுக்குத் தலைமை தாங்கி முன்னால் செல்வார்.

உணவில் நஞ்சு

சந்திரகுப்தர் நீண்ட நாட்கள் உயிர்வாழ வேண்டும் என்றும், எந்த நோய்நொடியும் அவரை அண்டவிடக்கூடாது என்றும் நினைத்தார் கௌடில்யர். எனவே அவர் உடம்பில் நோய் எதிர்ப்பு சக்தி அதிகரிக்க வேண்டும். அதற்கு என்ன செய்வது என்று யோசித்தார். சிறுகச் சிறுக அவர் உடம்பில் நஞ்சை சேர்க்க வேண்டும் என்று முடிவெடுத்தார்.

'அளவுக்கு மீறினால் அமிர்தமும் நஞ்சாகும்' என்றொரு பழமொழி உண்டு.

அதேபோல அளவோடு நஞ்சை உண்டால் அதுவே உடலுக்கு வலிமை சேர்க்கும் என்னும் மருத்துவத் தகவலை நம் முன்னோர்கள் அறிந்து வைத்திருந்தனர்.

அதைத்தான் சந்திரகுப்தரிடம் சோதித்துப் பார்த்துவிட உறுதியெடுத்தார் சாணக்கியர்.

தினமும் மிகச் சிறிய அளவில் சந்திரகுப்தர் உண்ணும் உணவில் நஞ்சைக் கலந்து அவரை உண்ணச் செய்தார். இந்த ரகசியம் சாணக்கியரைத் தவிர சந்திரகுப்தர் உட்பட யாருக்குமே தெரியாது.

ஒருநாள் இவ்வாறு சந்திரகுப்தர் உண்ணும் உணவில் வழக்கம்போலவே சிறிதளவு நஞ்சைக் கலந்தார் சாணக்கியர். ஆனால் துரதிர்ஷ்டவசமாக அப்போது அறைக்குள் சந்திரகுப்த மௌரியரின் மனைவி துர்தாரா நுழைந்தார்.

அரசரும் அரசியாரும் உரையாடிக் கொண்டிருந்தபோது தான் உணவு அங்கே வந்தது. அங்கே அரசியார் இருப்பது

தெரியாமல் உள்ளே வந்துவிட்டார் சாணக்கியர். பாதுகாப்பைக் கருதி வழக்கமாக மன்னருக்கு சாணக்கியர்தான் உணவைக் கொடுப்பது வழக்கம்.

உணவையும் ஆர்வத்தோடு சந்திரகுப்தர் உண்ணத் தொடங்கியபோது, “மன்னா! எனக்கும் பசிக்கிறது” என்றார் துர்தாரா.

சாணக்கியர் சற்றும் எதிர்பாராத நிலையில் சந்திரகுப்தர் கையில் எடுத்த உணவை அரசியாரின் வாயில் ஊட்டிவிட்டார்.

பதறிப்போனார் சாணக்கியர்.

ஏனென்றால் துர்தாரா அப்போது நிறைமாதக் கர்ப்பிணியாக இருந்தார். அவருக்கு நஞ்சு எதிர்ப்பு சக்தி இல்லாததால் உடனடியாக மரணமடைந்தார்.

அதாவது மௌரியப் பேரரசின் வாரிசைத் தன் வயிற்றில் சுமந்து கொண்டிருந்த நிலையில் மரணம் சம்பவித்தது.

நஞ்சு கலந்த உணவு வயிற்றுக்குள் சென்று விபரீதம் ஏற்பட்டு குழந்தை இறந்துவிட்டால் என்ன செய்வது என்று பதறினார் சாணக்கியர்.

நஞ்சு கலந்துள்ளது என்கிற உண்மை அவர்களுக்குத் தெரியாத காரணத்தால் சட்டென்று அந்த அபார அறிவு படைத்த சாணக்கியரின் மூளை ஒரு யோசனைக் கொடுத்தது..

அங்கிருந்த வாளை எடுத்து அரசியாரின் வயிற்றைப் பிளந்து அரசகுல வாரிசைக் காப்பாற்றினார்.

குழந்தையை வெளியே எடுத்தார்.

ஆனால் அந்த நஞ்சுவின் ஒரு துளி குழந்தையின் நெற்றியில் விழுந்திருந்தது. அது அக்குழந்தையின் நெற்றியில் நீல நிறத்தாலான தழும்பாகவே மாறிவிட்டது.

எனவே தான் அக்குழந்தைக்கு பிந்துசாரர் என்று பெயரிடப் பட்டது அதாவது ‘பிந்தி’ என்று இந்தியில் சொன்னால் அதன் பொருள் ‘பொட்டு’ என்பதாகும்.

சந்திரகுப்தருக்குப் பிறகு மௌரியப் பேரரசராக இருந்து ஆட்சி புரிந்தது அக்குழந்தை.

5 மெகஸ்தனிஸ்

மௌரியப் பேரரசைப் பற்றி எழுதுகிறபோது நிச்சயமாக மெகஸ் தனிஸ் அதில் தவிர்க்க முடியாத பாத்திர மாக அமைந்து விடுகிறார் என்பதே உண்மை.

அவர்தான் அன்றைய பாரதத்தைப் பற்றி நிறைய குறிப்புகளைப் பதிவு செய்துள்ளார். அதன்மூலமாக மௌரி யப் பேரரசு மிகச் சிறப்பான நிர் வாகத்தை அளித்திருக்கிறது என்பதை நம்மால் தெளிவாகத் தெரிந்து கொள்ள முடிகிறது.

1846ஆம் ஆண்டு ஸ்வான் பெகுக் என்பவர் சிதறிக்கிடந்த மெகஸ்தனிஸின் குறிப்புகளைத் தொகுத்து ஒழுங்கு படுத்தினார். ஜே.டபிள்யூ. மாக்ரிண்டல் என்பவர் அதை கிரேக்க மொழியில் இருந்து ஆங்கிலத்தில் மொழி பெயர்த்தார்.

'இன்டிகா' என்னும் பெயரில் தொகுக்கப்பட்ட இந்நூலில் நம்ப முடியாத பல தகவல்கள் உள்ளன.

அதாவது ஒற்றைக் கால் உடைய மனிதர்கள் பலர் இந்தியாவில் வசித்ததாக அவர் குறிப்பிட்டுள்ளார். கொம்புடன் கூடிய குதிரைகளைப் பார்த்ததாகவும், பாதங்களைத் தொடுகிற அளவிற்குக் காதுகள் வளர்ந்த மனிதர்களைக் கண்டதாகவும் மெகஸ்தனிஸ் குறிப்பிட்டுள்ளார்.

இன்னும் ஒரு ஆச்சரியத் தகவல் என்னவென்றால் ஒரு குறிப்பிட்ட இனத்தைச் சேர்ந்த மக்களுக்கு மூக்கே கிடையாது என்றும் தெரிவித்துள்ளார்.

மெகஸ்தனிஸுக்கு இளம்வயதில் திக்குவாய் பிரச்சனை உண்டு. எனவே இந்தியப் பயணத்தின்போது கேட்டறிந்த தகவல் களின் அடிப்படையிலேயே தனது பயணக் குறிப்புகளை அவர் எழுதி இருக்க வேண்டும் என்று கூறுவோரும் உண்டு.

கங்கை, சிந்து என்ற இரண்டு மிகப் பெரிய ஆறுகளை இந்தியாவில் கண்டதாக அவர் குறிப்பிட்டுள்ளார்.

'தென்மேற்கில் விந்திய மலையில் இருந்து கங்கையில் வந்து சங்கமிக்கும் ஸோன் நதிக்கும் கங்கை நதிக்கும் இடைப்பட்ட பூமியில் கங்கையின் தென் கரையோரம் 9 மைல் நீளத்தில் நீண்ட சதுரமாக வடிவமைக்கப்பட்ட நகரம் இது.

ஸோன் நதியில் இருந்து கங்கைக்கு வெட்டப்பட்ட கால்வாய் நகரின் தெற்கே தென்கிழக்கு அரணாக அந்த நகரை அணைத்துக் கொண்டு சென்றது.

அந்த ஆறுகளிலும், அவற்றின் கிளை ஆறுகளிலும் வெள்ளம் பெருக்கெடுத்தோடும். மழைக் காலத்தைத் தவிர்த்து மற்ற நாட்களில் நீர்வழிப் போக்குவரத்து நடைபெற்றது. .

ஸோன், கங்கை நதிகளில் இருந்து நீர் வரத்துள்ள 60 அடி அகலமும் உள்ள அகழி கோட்டைக்கு மாலை போல் விளங்கியது.

அதேபோன்று சாலைகளும் போக்குவரத்துக்குப் பயன் பட்டுள்ளன.

அவற்றில் வடமேற்கில் இருந்து பாடலிபுத்திரத்துக்கு உள்ளே செல்லும் சாலை மிகவும் பிரபலமாக இருந்தது.

அந்தச் சாலை சிறப்பாகத் திட்டமிடப்பட்டு அமைக்கப் பட்டிருந்தது. சாலையின் இருபுறமும் நிழல் தரும் மரங்கள், வழிகாட்டிக் கம்பங்கள், பயணிகள் ஓய்வெடுக்கச் சத்திரங்கள், தண்ணீர் தருவதற்கான கிணறுகள் போன்றவை இருந்தன' என்று அவர் விவரித்துள்ளார்.

'மக்கள் குதிரைகளின் மீது சவாரி செய்தனர். வசதியானவர் கள் ஒட்டகங்களின் மீது சவாரி செய்தனர். ஆனால் கழுதை மேல் ஏறிச் செல்வது அவமானமாகவும் பழிக்கத்தக்கதாகவும் கருதப்பட்டது. செல்வந்தர்கள் யானைகளையும், சில நேரம் ரதங்களையும் பயன்படுத்தினர்.

மரத்தால் ஆன வீடுகள் இரண்டு, மூன்று மாடிகளுடன் இருந்தன. தீ விபத்து நேராத வண்ணம் பாதுகாப்பதற்கு முன்னேற்பாடுகள் செய்யப்பட்டிருந்தன.

சூதாட்டம், எருது பந்தயம், விலங்குச் சண்டைகள், மற்போர் போன்றவை அந்நாளில் மக்களின் முக்கியமான பொழுது போக்குகளாக இருந்தன' என்றும் பதிவு செய்துள்ளார்.

மெகஸ்தனிஸ், தான் தங்கியிருந்த மௌரியத் தலைநகர் பாடலிபுத்திரம் பற்றியும் விவரித்துள்ளார்.

'புகழ்பெற்ற நகரமாகத் திகழ்ந்தது பாடலிபுத்திரம். கங்கைக் கரையில் அமைந்திருந்த அந்த நகரத்துக்கு மரத்தால் மதில் சுவர் கட்டப்பட்டிருந்தது.

அந்த நகரத்துக்குள் செல்ல 64 சங்கிலிப் பாலங்களும், 570 கொத்தளங்களும் அமைக்கப்பட்டிருந்தன. அதைச் சுற்றிலும் ஆழமான அகழி இருந்ததால் வெளியாட்கள் யாரும் நுழைய முடியாமல் இருந்தது.

பாடலிபுத்திரம் செல்வத்திலும் மக்கள் தொகையிலும் வெகுவாக வளர்ந்து பெரிய நகரமாக தழைத்தோங்கிய நிலையில் காட்சியளித்தது.

மௌரியர் ஆட்சிக் காலத்தில் பலமான அரண்மனை அமைந்த முக்கிய நகரமாக விளங்கியது.

பாடலிபுத்திரத்தில் வாழ்ந்த வெளிநாட்டவர் மரியாதையுடன் நடத்தப்பட்டனர். பிறப்பு, இறப்புக் கணக்கும் பதிவு செய்யப் பட்டது.

நகரைச் சுற்றிலும் மரத்தாலான மதிற்சுவர்கள் சுமார் 6

அடி அகலத்தில் காணப்பட்டன. கோட்டைக்கு 64 நுழைவாயில்கள் இருந்தன. மதிலின் மேல் 570 காவல் மாடங்களில் இருந்து இரவும் பகலும் வீரர்கள் காவல் காத்தனர்.

மன்னர் அதிகாரமும் செல்வாக்கும் பெற்றிருந்தாலும், எந்த நேரமும் கொல்லப்படும் ஆபத்தும் காணப்பட்டது. அதனால் மன்னர் தன்னைப் பாதுகாத்துக்கொள்ளத் தீவிர முன்னெச்சரிக்கை நடவடிக்கைகளை மேற்கொண்டிருந்தார். அரசர் உண்ணும் உணவு அவர் முன்பாகவே பரிசோதிக்கப்பட்டது.

மன்னர் ஒரே அறையில் தினமும் படுத்து உறங்குவதில்லை. தினந்தோறும் அவரது படுக்கை அறை மாற்றப்பட்டுக் கொண்டே இருந்தது.

வேட்டைக்குச் செல்லும்போதுகூட அவருக்குப் பலமான பாதுகாப்பு வழங்கப்பட்டது. ரகசியச் செய்திகளை ஒற்றர்கள் உடனுக்குடன் மன்னருக்குத் தெரிவித்தனர்.

மெகஸ்தனிஸ் எழுதிய புத்தகம்

மெகஸ்தனிஸ்

■■■■■■■■

அரண்மனை சபா மண்டபத்தின் தூண்கள் பளபளக்க, அவற்றில் தங்கக் கொடிகள் இழைந்தன. அந்தக் கொடிகளில் செதுக்கப்பட்ட வெள்ளிப் பறவைகள் பளபளத்தன.

விசாலமான அரண்மனைக் கொலுமண்டபத்தில்தான் மௌரியப் பேரரசின் மந்திராலோசனை சபை கூடுவது வழக்கம்

போர்க் காலங்களிலும் விவசாயிகள் விவசாயத் தொழிலைச் செய்து வந்தனர்.

போர் திட்டமிடப்பட்டதாகவே இருந்தது. போரில் யானைகள் பயன்படுத்தப்பட்டன. குதிரை வீரர்கள் சேணம் பூட்டாமல் குதிரையில் சென்றனர்.

போர்க்களத்தில் நேருக்கு நேர் மோதும்போது பதப்படுத்தப் படாத எருதுத் தோலில் செய்யப்பட்ட நீண்ட, குறுகலான கேடயத்தை இடது கையில் பிடித்துக்கொண்டே காலாட் படை வீரர்கள் போரிட்டனர். சிலர் வேல் கம்பைப் பயன்படுத்தினர். எல்லோரிடமும் அகன்ற வாளும் இருந்தது. அதை இரண்டு கைகளாலும் பிடித்துப் பயன்படுத்தினர்.

காலாட்படை வீரர்கள், அவர்களுக்கு இணையான உயரமான வில்லையும் நீளமான அம்பையும் பயன்படுத்தினர். குறிபார்த்து அம்பு எய்வதில் வல்லவர்களாக இருந்தனர்.

கேடயமோ, மார்புக் கவசமோ, பாதுகாப்புக் கவசமோ அணிந்திருந்தாலும் இந்த அம்புகளில் இருந்து தப்புவது கடினம்தான்.

போர் இல்லாத காலங்களில் போர் விலங்குகளும் படைக் கலங்களும் அரண்மனை லாயங்களிலும் ஆயுதச் சாலைகளிலும் இருந்தன' என்று மெகஸ்தனிஸ் எழுதியுள்ளார்.

இவ்வாறு அரச நிலையை விவரித்துள்ள மெகஸ்தனிஸ், இந்திய மக்களைப் பற்றியும், அவர்களது பழக்க வழக்கங்களைப் பற்றியும் பதிவு செய்துள்ளார்.

இந்தியர்கள் மெலிந்து உயரமாகக் காணப்பட்டனர். கறுப்பு நிறத்தில் இருந்த அவர்கள் வெள்ளை நிறப் பருத்தி ஆடைகளையே உடுத்தினார்கள். வேட்டியைப் போன்ற கீழாடை, தோளைச் சுற்றிய மேலாடை, சில நேரம் தலையைச் சுற்றியும் (தலைப்பாகை) ஆடை அணிந்து காட்சியளித்தனர்.

செல்வந்தர்கள் பகட்டான வண்ண ஆடைகளை அணிந்து பகட்டாக விளங்கினர். அவர்கள் தாடிக்கு வெள்ளை, நீலம், ஊதா, பச்சை போன்ற சாயங்களைப் பூசிக் கொண்டிருந்தனர்.

யானைத் தந்தத்தால் ஆன காதணிகள், நவரத்தினக் கற்கள் பதிக்கப்பட்ட தங்க நகைகளால் தங்களை அலங்கரித்துக் கொண்டிருந்தனர்.

மலர்களைச் சூடிக் கொள்வதிலும் ஆர்வம் காட்டினர். கனமான அடிப் பாகங்களைக் கொண்ட வெண்மையான தோல் காலணிகளைப் பயன்படுத்தினர். சூரிய வெப்பம் தாக்காமல் இருக்கக் குடைகளையும் பயன்படுத்தினர்.

மன்னரோ, தங்க ஜரிகை வேலைப்பாடு நிறைந்த மஸ்லின் ஆடை அணிந்து பொற் பல்லக்கில் பவனி வந்தார்.

இந்தியர்கள் ஆரோக்கியத்துடன் நீண்ட நாள் உயிர் வாழ்கின்றனர். அதற்குக் காரணம் எளிமையான உணவு மட்டுமல்லாமல், குறிப்பிட்ட விழாக்களின்போது மட்டும் அரிசியில் இருந்து தயாரிக்கப்பட்ட மதுவை அருந்தியதுதான். மற்ற நாட்களில் மது அருந்தும் பழக்கம் அவர்களுக்குக் கிடையாது.

மக்களுக்கு நோய் வந்தாலோ, தீவிர மனக்கவலை அடைந்தாலோ யோகிகளை நாடினர். மரப்பட்டைகளை ஆடைகளாக அணிந்த யோகிகள், காடுகளில் வாழ்ந்தனர். இயற்கையாகக் கிடைத்த பழங்களே அவர்களின் உணவாக இருந்தது. மூலிகை வேர்கள், பூக்கள், உடற்பயிற்சிகள் ஆகியவை தான் அவர்களின் மருந்துகள்.

பெண்களுக்கு அன்று கல்வி மறுக்கப்பட்டது. வரதட்சிணை கொடுக்கும் பழக்கமும் கிடையாது. அது மட்டுமல்லாமல் தங்கள் மகள்களை மணம் முடித்துக் கொடுக்க முடியாத ஏழைப் பெற்றோர் அந்தப் பெண்களைச் சந்தைகளில் விற்க முற்பட்ட காட்சியும் உண்டு.

வேறு சாதியில் திருமணமோ, குறிப்பிட்ட சாதியினர் வேறு தொழிலோ செய்ய அனுமதிக்கப்படவில்லை. வெவ்வேறு சாதிகளைச் சேர்ந்த மக்கள் ஒன்றாகக் கூடி உட்கார்ந்து உணவு உண்பதும் கிடையாது'.

இவ்வாறு அன்றைய இந்தியாவில் கண்ட காட்சிகளை அழகாகப் பதிவு செய்துள்ளார் மெகஸ்தனிஸ்.

மேலும் இந்தியாவில் காணப்படும் உயிரினங்களையும், மரங்களையும் பார்த்து ஆச்சரியம் அடைந்துள்ளார்.

'மரத்துக்கு வெளியேயும் வேர்களை விட்டுச் செழிக்கும் பெரிய ஆலமரங்கள் வியப்பாக இருந்தன. சில ஆலமரங்கள் ஐந்து மனிதர்கள் கைகளை விரித்து சுற்றி நின்றாலும்கூட தழுவிக் கொள்ள முடியாத வகையில் மிகப் பெரிதாக இருந்தன. 400 குதிரை வீரர்கள் தங்கி இளைப்பாறும் அளவுக்கு ஒரு பிரம்மாண்ட ஆலமரத்தின் நிழல் பரந்து விரிந்து காணப்பட்டது.

அத்துடன் இந்தியாவின் தட்பவெப்பநிலை நன்றாக இருந்தது. ஆண்டுக்கு இரண்டு போகம் சாகுபடி நடைபெற்றன. குளிர் காலத்தில் கோதுமை, பார்லி, பருப்பு உள்ளிட்டவையும் மழைக் காலத்தில் நெல், தினை, எள், சணல் போன்றவையும் பயிரிடப்படுகின்றன' என்று குறிப்பிட்டுள்ளார்.

'தேனீக்கள் இல்லாமல் தேன் எடுக்கப்படுகிறது' என்று வெல்லம் தயாரிப்பதை ஆச்சரியமாக எழுதியுள்ளார்.

'தங்கச் சுரங்கங்களும், முத்துக் குளிக்கும் துறைமுகங்களும் நிறைந்த வளமான நாடு. முத்துக்களின் மதிப்பு எவ்வளவு அதிகமாக இருந்தது என்றால், அவற்றின் எடையைப் போல மூன்று மடங்கு தங்கத்திற்குச் சமமமாகக் கருதப்பட்டது.

கிழக்கிந்திய புலிகள் மிகவும் வலிமையும் கம்பீரமும் பொருந்திப் பெரிதாகக் காணப்பட்டன.

நீண்ட வால், கரிய முகம் கொண்ட குரங்குகள் நிறைய உண்டு. கிளிகளும் ஏராளம்' என்றும் எழுதியுள்ளார் மெகஸ்தனிஸ்.

இவை அனைத்தும் சந்திரகுப்த மௌரியர் ஆட்சிக் காலத்தில் காணப்பட்ட காட்சிகள் என்பதை நாம் நினைவில் கொள்ள வேண்டும்.

'சந்திரகுப்தர்' என்ற பெயரை 'ஸ்ன்ட்ரகோட்டஸ்' என்றே மெகஸ்தனிஸ் குறிப்பிட்டுள்ளார்.

'சந்திரகுப்த மௌரியரின் சிறப்புப் பாதுகாப்புப் படைப் பிரிவில் பெண் மெய்க்காவலர்கள் இருந்தனர்' என்றும் மெகஸ் தனிஸ் பதிவு செய்துள்ளார்.

2 ஆயிரம் ஆண்டுகளுக்கு முன்பே பெண்கள் படைப் பிரிவில் பங்கேற்றுப் பணியாற்றிய தகவல் உண்மையிலேயே நாம் பெருமைப்படத்தக்க ஒன்றுதான்.

மௌரியப் படையில் வில் மற்றும் அம்புகளுடன் போரிடும் திறமை வாய்ந்த பெண்கள் இருந்ததாக அர்த்தசாஸ்திரமும் குறிப்பிடுகிறது.

அலெக்சாண்டருக்கும் புருஷோத்தமனுக்கும் இடையே நடைபெற்ற போரில் போரஸ் என்னும் புருஷோத்தமன் படையில் பெண்கள் படைப்பிரிவு இருந்தது என்று வரலாற்றுக் குறிப்புகள் தெரிவிக்கின்றன.

சாதிகள்

இந்தியாவில் மொத்தம் ஏழு சாதிகள் இருந்ததாக மெகஸ் தனிஸ் குறிப்பிட்டுள்ளார்.

இந்த ஏழில் முதன்மையானது தத்துவஞானிகள் குழு.

இவர்கள் மற்ற பிரிவினரைக் காட்டிலும் எண்ணிக்கையில் குறைவாக இருந்தாலும் அவர்களின் மதிப்பு மிக உயர்ந்து காணப்பட்டது.

பொதுவான கடமைகள் எதுவும் இவர்களுக்குக் கிடையாது. இவர்கள் யாருக்கும் அடிமைகளும் இல்லை, முதலாளிகளும் கிடையாது.

இந்தத் தத்துவஞானிகள் இறைவனுக்கு மிகவும் நெருக்கமான வர்கள் என்று நம்பப்பட்டனர். இவர்கள் ஹதேஸ் என்னும் கிரேக்க மரணக் கடவுளோடு தொடர்புடைய விஷயங்களைப் பற்றி அதிகம் பேசுபவர்களாக அறியப்பட்டனர்.

ஒவ்வொரு ஆண்டின் தொடக்கத்தின்போதும் அந்த ஆண்டு வரக்கூடிய வானிலை, வறட்சி, நோய், காற்றின் திசை போன்ற வற்றைப் பற்றி முன்கூட்டியே சொல்லும் இயல்பு இவர்களுக்கு உண்டு. அதற்கேற்ப மன்னரும் மக்களும் முன்னெச்சரிக்கையாகச் செயல்பட்டு அதனை எதிர்கொண்டனர்.

அவ்வாறு எதிர்காலத்தில் நடக்கப்போகும் செயலைத் தப்பாகக் கணித்துக் கூறிய ஒருவருக்குத் தண்டனை ஏதும் வழங்கப்படுவதில்லை. ஆனால் அவர் கடுமையான விமர்சனத்திற்கு உள்ளாக்கப்பட்டார்.

மிகத் துல்லியமாகக் கணித்துக் கூறுபவருக்கு முழுமையான வரி விலக்கு அளிக்கப்பட்டது.

இரண்டாவது சாதிப் பிரிவில் விவசாயிகள் இடம்பெற்றனர். இதர பிரிவினரைக் காட்டிலும் இவர்களே அதிக எண்ணிக்கை யில் காணப்பட்டனர்.

பொதுக் கடமைகள் மற்றும் போர் ஆகியவற்றில் இருந்து இவர்கள் விடுவிக்கப்பட்டனர். இவர்கள் தங்கள் வாழ்நாளின் பெரும்பகுதியை நிலத்தில் உழுதே செலவிட்டனர்.

இவர்கள் விவசாயப் பணியில் ஈடுபடும்போது ஒரு எதிரி கூடத் தாக்க மாட்டான். ஏனெனில் இவர்கள் பொது நலனுக்காகப் பாடுபடுகிறவர்களாக அறியப்பட்டனர்.

எனவே அனைத்து விதமான இன்னல்களில் இருந்தும் இவர்கள் பாதுகாக்கப்பட்டனர். அதனால் விவசாயத் தொழில் பாதிக்கப்படாமல் அதிக விளைச்சலைத் தந்தது. மக்களும் செழிப்பாக உணவுப் பஞ்சம் இல்லாதிருந்தனர்.

விவசாயிகளில் பலரும் கிராமத்திலேயே தங்கள் மனைவி குழந்தைகளோடு மகிழ்ச்சியாக வாழ்வதையே விரும்பினர். நகரத்துக்குச் செல்ல அவர்கள் விரும்பவே இல்லை.

நிலங்கள் அனைத்தும் அரசுக்கே சொந்தம். தனியொருவர் நிலம் வைத்திருக்க உரிமை கிடையாது. எனவே அரசுக்கு விவசாயிகள் நிலவரி செலுத்தினர். மேலும் விளைச்சலில் நான்கில் ஒரு பங்கினையும் அரசுக் கருவூலத்தில் செலுத்தினர்.

மூன்றாவது ஆடு மாடு மேய்ப்பவர்கள் மற்றொரு சாதியாகக் கருதப்பட்டனர். இவர்கள் ஓரிடத்தில் நிலைத்துத் தங்காமல் இடம் மாறிக்கொண்டே தங்கள் மேய்ச்சல் தொழிலைச் செய்து வந்தனர்.

மேலும் இவர்கள் வேட்டைத் தொழிலையும் செய்துவந்தனர். எனவே மிருகங்களைப் பொறி வைத்துப் பிடிப்பதன்மூலம் தீய

■■■■■■■■

மெகஸ்தனிஸ்

மிருகங்கள் மற்றும் கொடிய பறவைகளிடம் இருந்து நாட்டு மக்களைக் காப்பாற்றுபவர்களாக அறியப்பட்டனர்.

இப்பணிகளின் மூலம் விவசாயிகளின் தானியங்களுக்கும் தொல்லை தரும் வனவிலங்குகளிடம் இருந்து பாதுகாப்பும் அளித்தனர். இதற்குப் பலனாக அரசிடம் இருந்து உணவுப் பொருட்களைப் பெற்றுக் கொண்டனர்.

வணிகர்களும், ஆசாரிகளும் நான்காவது சாதியாகக் கருதப் பட்டனர். இவர்களில் சிலர் ஆயுதங்கள் செய்பவர்களாகவும் இருந்தனர். சிலர் விவசாயிக்குத் தேவையான கருவிகளைச் செய்து கொடுத்தனர். கப்பல் கட்டுபவர்களும் மாலுமிகளும் இந்தச் சாதியில் இணைக்கப்பட்டிருந்தனர்.

போர் மற்றும் பாதுகாப்புத் தொடர்பான பொருட்களைச் செய்வோர் மட்டும் முழுமையான வரி விலக்கினைப் பெற்றனர். அத்துடன் அவர்களுக்கு அரசிடம் இருந்து மானியமும் வழங்கப் பட்டது.

சிலர் அரசுக்கு வரி செலுத்தி அரசு அனுமதித்த சில சேவைகளைச் செய்தனர்.

கப்பல் படைத் தலைவர் படகுகளை மக்களின் போக்கு வரத்துக்கும், வணிகத்தும் பயன்படுத்தி வாடகை பெற்றனர்.

ஐந்தாவது சாதி என்பது போர் வீரர்கள். போரில் நேர்த்தி யாகவும் கட்டுப்பாட்டுடனும் செயல்படுகின்றனர். விவசாயி களுக்கு அடுத்தபடியாக அதிக எண்ணிக்கையில் இருக்கும் இவர்கள் போர்க்காலங்களில் முனைப்புடன் செயல்பட்டு நாட்டைக் காக்கின்றனர்.

போர் இல்லாத நாட்களில் களிப்பாட்டங்களில் பங்கேற்றும் மது அருந்தியும் தங்கள் நேரத்தைச் செலவிடுகின்றனர்.

காலாட்படை, குதிரைப்படை, யானைப்படை உள்ளிட்ட அனைத்துப் படைகளும் அரசின் கட்டுப்பாட்டிலேயே இருந்தன. போர் என்று எப்போது அழைப்பு வந்தாலும் அதற்கு ஆயத்தமான நிலையிலேயே விழிப்போடு இருந்தனர்.

ஆறாவது சாதியாகக் கருதப்பட்டது ஒற்றர்களாவர். உள் நாடு மற்றும் வெளிநாடுகளில் நடக்கும் அத்தனை விஷயங்களை யும் உடனுக்குடன் அரசரின் கவனத்திற்குக் கொண்டு செல்வது இவர்களின் பணி.

படைகளை ரகசியமாகக் கவனிக்கும் பணியும் இவர்களுக்கு உண்டு.

அரசர் ஊரில் இல்லாத தருணங்களில் அந்தத் தகவல்களை அங்குள்ள நீதிபதியிடம் தெரிவிப்பர்.

பொதுக் கடமைகள் ஆற்றுவோர், நிர்வாகம் செய்வோர், ஆலோசகர்கள், ஆய்வாளர்கள் ஆகியோர் ஏழாவது சாதியைச் சேர்ந்தவர்கள்.

இவர்கள் அளவில் சிறியதாகவே இருந்தாலும் அனைத்து சாதிகளிலும் அதிகம் மதிக்கப்படுபவர்கள் இவர்களாகவே இருந்தனர். ஏனென்றால் அவர்களின் உயர்ந்த குணமும், அசாத்திய அறிவும்தான் அதற்குக் காரணம்.

அரசின் ஆலோசகர்களும் பொருளாளர்களும் இவர்களில் தான் தேர்ந்தெடுக்கப்பட்டனர். பிரச்சனைகளைச் சுமுகமாகத் தீர்த்து வைப்பதும் இவர்களே. படைத் தளபதிகளும் நீதிபதிகளும் இவர்களிடம் இருந்தே தேர்ந்தெடுக்கப்பட்டனர்.

இவ்வாறுதான் இந்தியா பல்வேறு சாதிகளாகப் பிரிந்து கிடக்கிறது. ஒரு சாதியில் இருந்து மற்றொரு சாதிக்குப் பெண் கொடுப்பதும் எடுப்பதும் அனுமதிக்கப்படுவதில்லை.

ஒரு போர் வீரர் விவசாயி ஆக முடியாது. அதேபோல ஒரு வணிகர் தத்துவஞானியாக முடியாது.

ஒருவர் ஒரு வணிகம் மட்டுமே செய்ய வேண்டும். பல வணிகம் செய்ய அனுமதி கிடையாது.

இவை அனைத்தும் மெகஸ்தனிஸ் தனது குறிப்பேட்டில் குறித்து வைத்துள்ள விவரங்கள்.

6 இறுதி நாட்கள்

பரதநிலத்தில் புரவர்த்தன என்னும் நாட்டில் குண்டினி என்ற நகரம் இருந்தது. இங்கு சோமசருமன் என்னும் பார்ப்பனன் ஒருவர் இருந்தார். அரண்மனைப் புரோகிதரான இவர் நான்கு வேதங்களும், ஆறு அங்கங்களும், பதினெட்டு அறநூல்கள் என்னும் தரும சாத்திரமும் கற்றுத் தேர்ந்தவர்.

அவருடைய மனைவி சோமசிரி. அவர்களுக்கு பத்திரபாகு என்றொரு மகன் உண்டு. பருவம் எய்தியதும் பத்திரபாகுவிற்குப் பூணூல் அணிவிக்கப்பட்டது.

ஒருநாள் வட்டாடுதல் என்னும் விளையாட்டை விளையாடிக் கொண்டிருந்தார் பத்திரபாகு. பழமையான அந்த விளையாட்டு உருண்டை வடிவில்

தட்டையான வட்டுகளைச் சற்றுத் தொலைவில் இருந்து ஒன்றன்மேல் ஒன்று படியுமாறு எறிந்து விளையாடுவது ஆகும்.

அப்போது கோவர்த்தன பட்டாரர் என்பவர் உச்சயந்த மலையை வழிபடுவதற்காகச் செல்லும் வழிப்பயணத்தில் குண்டினி நகரை அடைந்தார்.

பத்திரபாகு சிறுவர்களுடன் விளையாடிக் கொண்டிருப் பதைப் பார்த்தார். 'இச்சிறுவன் பதினான்கு பழைய ஆகமங்களி லும் புலமை பெற்ற பெரிய சமண பட்டாரகராக எதிர்காலத்தில் விளங்குவான்' என்று அவர் உள்மனம் கூறிற்று. எனவே அச் சிறுவனைத் தனது மாணாக்கராக்கிக் கொள்ள விரும்பினார்.

பத்திரபாகுவின் பெற்றோரிடம் இதுகுறித்துப் பேசினார். அவர்களும் அதற்குச் சம்மதித்தனர்.

இலக்கணம், யாப்பு, அணி, காப்பியம், நாடகம், பிராமணம் போன்ற அனைத்துச் சாஸ்திரங்களும் அச்சிறுவனுக்குக் கற்றுக் கொடுத்தார்.

கற்றுத்தேர்ந்த பத்திரபாகுவிற்கு உலகின் நிலையாமை நன்கு புரிந்தது. புலன் இன்பங்களை அறவே வெறுத்தார். தனக்குத் துறவு நிலை அளிக்குமாறு குருவிடம் வேண்டிக்கொண்டார்.

ஆனால் அதற்கு இது சரியான தருணமல்ல என்றும், கல்வித் திறனை வெளிப்படுத்தி வாது செய்வோரை வழக்காடி வென்று காண்பித்தால் மட்டுமே துறவு சாத்தியம் என்றும் கூறினார் கோவர்த்தன பட்டாரர்.

பத்திரபாகுவும் அவ்வாறே தனது கல்வி அறிவை நன்றாக வெளிப்படுத்தி அவரது பெற்றோரிடமும் மற்றோரிடமும் பாராட்டுக்களைப் பெற்றார்.

அதன்பிறகு அளித்த வாக்கினைக் காப்பாற்றும் பொருட்டு பத்திரபாகுவைத் துறவு நெறிப் பாதைக்கு அழைத்துச் சென்றார் கோவர்த்தன பட்டாரர்.

துறவறம் பூண்ட பத்திரபாகு பன்னிரு அங்கங்கள், நாற்பது பழைய ஆகமங்கள் போன்றவற்றைக் கற்றுணர்ந்து கடுந்தவம் புரிந்தார்.

இந்நிலையில் நல்ஞானம், நல்லொழுக்கம், நன்னம்பிக்கை ஆகியவற்றுக்கு இலக்கணமாகத் திகழ்ந்த கோவர்த்தன பட்டாரர் இயற்கை எய்தினார்.

பின்னர் ஐந்து சுருதகேவலிகள் எனப்படும் முனிவர்களில் ஐந்தாமவரானார் பத்திரபாகு. பல சித்திகளைப் பெற்ற முனிவர்களோடு சேர்ந்து பல இடங்களுக்கும் சென்றார்.

கடைசியாக அவர் மகத நாட்டுத் தலைநகர் பாடலிபுத்திரத்திற்கு அருகே உஜ்ஜயினி என்னும் நகரை வந்து சேர்ந்தார்.

முனிவர் கூட்டம் சூழ புறநகர்ச் சோலையில் பத்திரபாகு என்னும் மிகப் பெரிய மகான் தங்கி இருப்பதை அறிந்த அங்குள்ள மக்கள் திரண்டு சென்று அவரைத் தரிசித்தனர்.

இந்தத் தகவல் மன்னர் செவிகளையும் எட்டியது. அந்த மாமுனிவரைத் தரிசிக்க வேண்டும் என்ற ஆவல் சந்திரகுப்த மௌரியருக்கு ஏற்பட்டது.

ஒருநாள் பகல் பொழுதில் தமது உறவுகளை அழைத்துக் கொண்டு முனிவரை நேரில் சென்று சந்திப்பதற்காக மன்னர் சென்றார்.

பத்திரபாகு முனிவரைத் தமது சுற்றத்தாருடன் வணங்கி மரியாதை செய்தார் மன்னர். பின்னர் முனிவரின் ஆசியையும் நல்வாக்கினையும் பெற்று அரண்மனை திரும்பினார்.

முனிவரோ அந்த நகரில் பல நாட்கள் தங்கியிருந்தார். நிறைய பக்தர்களுக்கு ஆசிவழங்கிச் சிறப்பித்தார்.

இந்நிலையில் ஒருநாள் தனது முனிவர்களுடன் அமுதேற்பு என்னும் உணவைப் பெறுவதற்காக நகருக்குள் எழுந்தருளினார் பத்திரபாகு.

நகரின் ஒவ்வொரு பகுதிக்கும் ஒவ்வொருவராகச் சென்று அங்கு வீடுகள்தோறும் உணவை வேண்டிப் பெற்றனர். அப்படித் தான் பத்திரபாகுவும் ஒரு பகுதிக்குச் சென்று அமுதேற்பு செய்தார்.

ஒரு வீட்டின் முன்பாகப் போய் நின்றார். அந்த வீட்டில் யாருமே இல்லை. எந்தவித ஓசையும் இல்லாமல் அமைதியாக இருந்தது அந்த வீடு.

'ஒருவேளை அந்த வீட்டில் யாரும் வசிக்கவில்லையோ' என்று நினைத்த பத்திரபாகு, அடுத்த வீட்டை நோக்கிப் போவதற்காக நினைத்தபோது வீட்டின் உள் அறையில் இருந்து ஒரு குழந்தையின் குரல் கேட்டது.

சந்திரகுப்தரின் கனவு

“பட்டாரா, இங்கிருந்து உடனே போய்விடு, ஆம் உடனே போய்விடு” என்று அந்தக் குழந்தை உரக்கக் கத்திச் சொன்னது.

பத்திரபாகு முனிவருக்கு ஒன்றும் புரியவில்லை. குழந்தை எதற்காக அவ்வாறு போகச் சொன்னது என்றும் விளங்கவில்லை.

ஆனாலும் அதற்கு மேலும் உணவைப் பெறுவதற்கான எண்ணத்தை மாற்றிக் கொண்டு தங்கியிருந்த இடத்திற்கு வேகமாக நடந்தார்.

அந்த மரத்தின் அடியில் கண்களை நன்றாக அழுந்த மூடிக் கொண்டு தியானத்தில் அமர்ந்தார் முனிவர்.

அந்தக் குழந்தை கூறியதற்கான பொருளை ஞானத்தின் மூலம் நன்றாக அறிந்தார் பத்திரபாகு.

‘இந்த நாட்டுக்குப் பன்னிரெண்டு ஆண்டுகள் கடுமையான வறுமை வரப்போகிறது. அப்போது ஒரு துளி மழைகூடப் பெய்யாது’ என்ற உண்மையை அறிந்தார்.

உடனே முனிவர்கள் அனைவரையும் அழைத்தார். “இந்த நாட்டில் அடுத்த பன்னிரெண்டு ஆண்டுகளுக்கு மழை பெய்யாது கொடிய வறட்சி ஏற்படும். வறுமையால் மக்கள் வாடி வதங்குவர்.

உண்ண உணவின்றி அனைவரும் தவிப்பர். எனவே முனிவர்ளுக்கு உணவு வழங்க யாருமே இருக்க மாட்டார்கள். ஆகவே இதற்கு மேலும் இங்கேயே தங்கி இருப்பது தவறு. உடனே தென்னாட்டை நோக்கிப் புறப்படுங்கள். முடிந்தவரை உணவுப் பொருட்களைச் சேமித்து வைத்துக்கொள்ளுங்கள்" என்றார்.

இதைக் கேட்டதும் அவருடன் இருந்த அனைத்து முனிவர்களும் பதறிப்போயினர். தென்னாடு நோக்கிச் செல்வதற்கான ஆயத்தங்களில் ஈடுபட ஆரம்பித்தனர்.

இதனிடையே அன்றைய தினம் இரவு மன்னர் சந்திரகுப்த மௌரியர் ஆழ்ந்த உறக்கத்தில் இருந்தபோது அவர் பதினாறு தீய கனவுகளைக் காண நேர்ந்தது. அந்தக் கனவுகள் அனைத்தும் மிகவும் பொல்லாததாக இருந்தது.

1. கதிரவன் திடீரென்று மறைந்தான்.
2. கற்பக மரத்தின் கிளைகள் திடீரென்று முறிந்தன.
3. நிலத்தில் இறங்க வந்த பறக்கும் வாகனம் மீண்டும் மேலே போய்விட்டது.
4. பன்னிரெண்டு தலையுள்ள பாம்பு வந்தது.
5. சந்திரன் பிளந்து சிதறியது.
6. வேகமான நடை உடைய இரண்டு யானைகள் ஒன்றோடு ஒன்று போர் புரியத் தொடங்கிப் பின்வாங்கின.
7. மின்மினிப் பூச்சிகள் அதிகம் காணப்பட்டன.
8. நீரே இல்லாத ஏரியின் கரை தெரிந்தது.
9. காட்டுத் தீ தெரிந்தது.
10. அரசரின் அரியணையில் குரங்கு ஏறி அமர்ந்தது.
11. பொன்னால் ஆன தட்டில் நாய் பாயசம் பருகியது.
12. மத யானையின் மீது குரங்கு ஏறி உலா வந்தது.
13. குப்பையில் தாமரை மலர்ந்தது.
14. கடல் கரை கடந்தது.
15. தேரில் கழுதைகள் பூட்டப்பட்டிருந்தன.
16. மன்னர்கள் வெண் கழுதைகளின் மீதேறி உலா வந்தனர்.

இவை அனைத்துமே மோசமான கனவு. ஏன் இந்தக் கனவு வந்தது என்பது மன்னருக்கு மிகப் பெரிய மனக் குழப்பத்தைத் தந்தது. கவலையையும் அளித்தது.

இதற்கான சரியான விளக்கத்தைத் தரத் தகுந்தவர் பத்திரபாகு முனிவர் மட்டுமே என்று தோன்றியது. எனவே பொழுது புலர்ந்ததும் முனிவரின் இருப்பிடத்தை நோக்கி விரைந்தார் மன்னர் சந்திரகுப்தர்.

முனிவரோ தமது சக முனிவர்களோடு அங்கிருந்து இடம் பெயர்ந்து செல்வதற்கான ஏற்பாடுகளில் தீவிரமாக இருந்தார். அந்தக் காட்சி மன்னருக்கு மேலும் குழப்பத்தைத் தந்தது.

பத்திரபாகுவின் முன்பாகச் சென்று வணங்கி நின்றார் மன்னர்.

"சொல்லுங்கள்" என்றார் முனிவர்.

இரவில் வந்த கனவை விரிவாகக் கூறிய மன்னர், அது தனக்குப் பெருங் கவலையை ஏற்படுத்துவதாகவும், அதற்கான சரியான விளக்கத்தைப் பெறுவதற்காகவே வந்திருப்பதாகவும் கவலையோடு பேசினார் சந்திரகுப்தர்.

■■■■■■■■

சீடர்களுடன் பத்திரபாகு முனிவர்

அந்தக் கனவுக்கான விளக்கத்தைக் கூற ஆரம்பித்தார் பத்திர பாகு முனிவர்.

1.. சூரியன் மறைவதைப் பார்த்ததால் முனிவர்களும், ஞானி களும் இனி உன் நாட்டில் இருக்க மாட்டார்கள்.

2. கற்பக மரத்தின் கிளைகள் முறிவதைக் கண்டதால் மன்னர்கள் தவநெறியைப் பின்பற்ற மாட்டார்கள்.

3. விமானம் தரை இறங்காமல் மேலே போவதைக் கண்ட தால் தேவர்கள் இனி இங்கு வர மாட்டார்கள்.

4. பன்னிரெண்டு தலைப் பாம்பைக் கண்டதால் இங்கு பன்னிரெண்டு ஆண்டுகளுக்கு மழை பெய்யாமல் கொடிய வறுமை தாண்டவமாடும்.

5. நிலவு பிளந்து சிதறுவதைக் கண்டதால் அறநெறி கெடும்.

6. மத யானைகள் போரிட வந்து பின்வாங்கியதால் மக்கள் எதிர்பார்த்தபடி மழை பெய்யாது.

7. மின்மினிப் பூச்சிகளைக் கண்டதால் சிறந்த அறநூல்கள், சாஸ்திரங்களைக் கற்றவர்கள் இன்றி நாடு அழியும்.

8. நீரின்றி வறண்ட ஏரியைக் கண்டதால் அறியாமை தான் எஞ்சி நிற்கும்.

9. காடு தீப்பற்றி எரிவதைக் கண்டதால் தீயவர்கள் தோன்றிக் கொடுமைகள் பல புரிவர்.

10. அரியணையில் குரங்கு அமர்ந்திருப்பதைக் கண்டதால் இழிகுணம் படைத்தவர்கள் மன்னராவார்கள்.

11. தங்கத் தட்டில் நாய் உணவருந்துவதைக் கண்டதால் தீய குணமுள்ளவர்கள் மன்னர்களால் மதித்துப் போற்றப் படுவர்.

12. குரங்கு யானையின் மேலேறி வருவதைக் கண்டதால் நற் குணமிக்கவர்களும் இழிகுணம் உடையவர்களின் சொற்படிக் கேட்டு நடப்பர்.

13. குப்பையின் நடுவே தாமரை முளைத்ததைக் கண்டதால் இழிகுணமிக்கவர்கள் அனைவரும் உயர் குடியினராக மாறி விடுவார்கள்.

14. கடல் கரையைக் கடந்ததைக் கண்டதால் மன்னர்கள்

கொடைப் பண்பை இழந்து பணப்பித்து உடையவராகி விடுவர்.

15. கழுதை பூட்டிய தேரைக் கண்டதால் அறிவிற் சிறந்தோரும், ஞானிகளும் சிற்றின்பங்களில் நாட்டம் செலுத்தும் தவறுகளால் அழிவர்.

16. மன்னர்கள் வெண் கழுதைகள் மீதேறி வருவதைக் கண்டதால் உயர் குலத்தவர் இழி குலத்தவருடன் திருமண உறவுகள் கொண்டு உறவினராகிவிடுவர்.

இத்தகைய விளக்கங்களை பத்திரபாகுவின் வாயால் கேட்டதும் திடுக்கிட்டுப் போனார் சந்திரகுப்தர்.

"ஐயோ, இதனை எப்படித்தான் தடுத்து நிறுத்துவது?" என்று பதறினார் மன்னர்.

"இந்தப் பிரச்சனையை மன்னராகிய நீ தான் தீர்த்து வைக்க வேண்டும்" என்றார் பத்திரபாகு.

"சொல்லுங்கள் குருவே, அதற்கு நான் என்ன செய்ய வேண்டும்?" என்று ஆவலோடு கேட்டார் சந்திரகுப்தர்.

"நீ மன்னராக இருந்து கொண்டே இதைச் செய்ய முடியாது".

"புரியவில்லை முனிவரே".

"நீ சமணத் துறவியாகி இறைவனுக்கு ஊழியம் செய்ய வேண்டும்"

"தென்னாட்டில் சரவணபெரகுலா என்னும் புனிதத் தலத்தில் முனிவராகத் தவம் இருந்து உன் காலத்தைக் கழிக்க வேண்டும்" என்றார் பத்திரபாகு.

"தங்கள் சித்தம் என் பாக்கியம்" என்றார் சந்திரகுப்தர்.

இதுகுறித்து தீவிரமாக யோசனையில் ஆழ்ந்த மன்னர் கடைசியாக ஒரு முடிவை எடுத்தார். மணிமுடியைத் துறந்துவிட்டு துறவியாக மாறி விடுவது என்பதுதான் அந்த முடிவு.

தமது குமாரர் பிந்துசாரருக்கு அவசரம் அவசரமாக முடிசூட்டி மகத நாட்டின் பேரரசர் என்னும் பெருமையை வழங்கினார்.

மௌரியப் பேரரசின் இரண்டாவது மன்னரானார் பிந்து சாரர். அப்போது அவருக்கு வயது 22.

பின்னர் தமது அரசு அதிகாரிகள் பலரோடும் துறவறம் பூண்டு பத்திரபாகுவின் துறவிகள் குழுவில் இணைந்தார் சந்திர குப்த மௌரியர்.

கையில் பிச்சைப் பாத்திரத்தை எடுத்துக் கொண்டு பத்திர பாகுவைப் பின் தொடரத் தயாரானார்.

இளைஞனாகப் பல கனவுகளோடு மன்னராகி அகிலத்தின் அனைத்து சுகானுபவங்களையும் பெற்று அனுபவித்த மௌரிய சாம்ராஜ்யத்தின் பேரரசர் சந்திரகுப்தர் துறவியாகி அமைதி வாழ்க்கைக்குள் தன்னை அடக்கிக் கொண்டார்.

பத்திரபாகு அங்கிருந்து தனது பயணத்தை சந்திரகுப்தர் மற்றும் ஏனைய முனிவர்களை அழைத்துக் கொண்டு தென்னாடு நோக்கித் தொடங்கினார்.

தற்போதைய கர்நாட மாநிலத்தில் உள்ள சரவணபெலகுலா என்ற இடத்திற்கு வந்தனர். தமது வாழ்நாளின் இறுதிக்கட்டம் அது என்பதை முன்கூட்டியே உணர்ந்து கொண்ட பத்திரபாகு அந்த இடத்திலேயே தங்கி இறுதித் தவத்தை மேற்கொள்ள தீர்மானித்தார்.

தமது தலைமைச் சீடரான விசாகாச்சாரியார் தலைமையில் அரிபத்திரர், சுபமித்திரர், மகாசிரியர், சுமதியார், மகாமதியார், விசாகநந்தி ஆகியோர் தலைமையில் 8 ஆயிரம் முனிவர்களைத் தமிழ்நாட்டிற்கு அனுப்பி வைத்தார் பத்திரபாகு. அங்கு சென்று சமண (ஜைன) மதத்தைப் பரப்ப வேண்டும் என்பதுதான் அவர் களுக்குக் கொடுத்த பணி.

அவர்களோடு சந்திரகுப்தரையும் தமிழகம் செல்லப் பணித்தார் பத்திரபாகு..

ஆனால் சந்திரகுப்தருக்கு பத்திரபாகுவை விட்டுப் பிரிய மனமில்லை. எனவே அவருடன் சரவணபெலகுலாவிலேயே தங்கி விட்டார்.

பத்திரபாகு பட்டாரர் அங்குள்ள மலை ஒன்றில் பாறை மீதமர்ந்து உண்ணாநோன்பிருந்து கடுந்தவம் மேற்கொண்டார். அப்போது சந்திரகுப்தரிடம், "நீர் வெளியே சென்று உணவு பெற்று வருக" என்று கூறினார்.

"ஆட்களே இல்லாத இந்தக் காட்டில் எங்கு போய் உணவு பெற்று வரமுடியும்?" என்று குழப்பமாகக் கேட்டார் சந்திரகுப்தர்.

பத்திரபாகுவும் சந்திரகுப்த மௌரியரும் தவம் செய்த குகை

"காடாக இருந்தாலும் வழிப்போக்கர்கள் இருக்கத்தான் செய்வார்கள். முனிவர்களைக் கண்டால் தம்மிடம் உள்ள உணவின் ஒரு பகுதியை மகிழ்ச்சியுடன் தருவார்கள். பெற்று வா" என்றார் பத்திரபாகு.

அவ்வாறே காட்டிற்குள் உணவு தேடிச் சென்றார் சந்திர குப்தர்.

யாராவது வழிப்போக்கர்கள் கண்ணில் படுகிறார்களா என்ற கேள்வியோடு காட்டில் அலைந்து கொண்டிருந்தார் சந்திரகுப்தர். அப்போது மரப்பொந்து ஒன்றில் இருந்து ஒரு கை வெளியே நீண்டது. அக் கையில் முத்தும் மாணிக்கமும் பதித்த வளையல்கள் இருந்தன. தங்கத்தாலான அகப்பை ஒன்றும் இருந்தது.

"முனிவரே உணவை ஏற்றுக்கொள்ளுங்கள்" என்றொரு குரலும் கேட்டது. அந்த மரத்தைச் சுற்றி வந்து பார்த்தார். ஆனால் ஒன்றுமே கிடைக்கவில்லை. அது பிரமை என்று தோன்றியது. வெறுங்கையுடன் திரும்பினார்.

மறுநாளும் உணவைப் பெற்றுவருமாறு கூறி சந்திரகுப்தரை அனுப்பி வைத்தார் பத்திரபாகு. குருவின் கட்டளையை ஏற்று அன்றும் காட்டிற்குள் சென்றார்.

அதே மரத்தின் அருகே வந்தபோது அழகான இளம்பெண் ஒருத்தி உயர்ந்த ஆடை அணிகலன்களை அணிந்து, கையில் உணவுத் தட்டை ஏந்தி நின்றுகொண்டிருந்தாள். அந்த உணவை வாங்கிக் கொள்ளுமாறு கூறினாள்.

ஆனால் சந்திரகுப்தரோ, "தனித்திருக்கும் இளம் பெண்ணிடம் முனிவர்கள் உணவு வாங்கி உண்ணக்கூடாது" என்று கூறிவிட்டுத் திரும்பிவிட்டார்.

அன்றும் நடந்த அனைத்தையும் பத்திரபாகுவிடம் கூறினார் சந்திரகுப்தர்.

அடுத்த நாளும் அவ்வாறே உணவுக்காகக் காட்டிற்குச் செல்லுமாறு கூறினார் பத்திரபாகு. சந்திரகுப்தரும் அவ்வாறே சென்றார்.

அதே மரத்தின் அருகே சென்றார். சற்று நின்றார். அங்கே பார்த்த காட்சி அவரை வியப்படையச் செய்தது.

அந்த அடர்ந்த காட்டின் நடுவே மிகப் பெரிய அழகிய நகரம் இருப்பது தெரிந்தது.

அந்த நகரத்தை நோக்கி நடந்தார்.

மிகப் பெரிய மாளிகைகள், கோயில்கள், அரண்மனைகள், கடைத் தெருக்கள், பூங்காக்கள் போன்றவை காணப்பட்டன.

மக்கள் கூட்டம் கூட்டமாகத் திரிந்து கொண்டிருந்தார்கள். யானைகளும், குதிரைகளும் அங்குமிங்குமாக நடந்து கொண்டிருந்தன.

ஆளரவமற்ற அடர்ந்த காட்டிற்குள் இப்படியொரு அற்புத நகரம் இருந்தது மிகப் பெரிய ஆச்சரியத்தை அளித்தது.

பகட்டான ஆடை அலங்காரத்தோடு தென்பட்ட இளம் பெண் ஒருத்தி தனது வீட்டிற்கு சந்திரகுப்தரை அழைத்துச் சென்றாள். அவர் திருவடிகளைக் கழுவி வழிபட்டு இனிய விருந்தளித்தாள்.

சந்திரகுப்தரும் விடைபெற்றுக் கொண்டு தமது இருப்பிடம் திரும்பினார். நடந்தவற்றை பத்திரபாகுவிடம் விவரித்தார்.

“அப்படியென்றால் இனிமேல் நாள்தோறும் அந்த நகருக்குச் சென்று உணவு உண்டு வா” என்றார் பத்திரபாகு.

அப்படியே தினமும் அந்த நகருக்குச் சென்று உண்டு வாழ்ந்தார் சந்திரகுப்தர்.

இதனிடையே தன் தவம் நிறைவடைந்து பயன் தரும் நாள் நெருங்கிவிட்டதை உணர்ந்தார் பத்திரபாகு. கடுந்தவத்தால் சமாதி நிலை எய்தினார். பின்னர் கல்பம் என்னும் விண்ணுலகில் சாகரோப கால வாழ்நாள் பெற்று அமிதகாந்தன் என்னும் தேவராகப் பிறந்தார் என்பது வரலாறு.

இதன்பிறகும் தொடர்ந்து பன்னிரெண்டு ஆண்டுகள் மரங்கள் அடர்ந்த அந்த மலையிலேயே தமது சீடர்களோடு தவம் செய்து கொண்டிருந்தார் சந்திரகுப்த முனிவர்.

தமிழகத்திற்குச் சென்றிருந்த முனிவர்கள் தமது பணி முடிந்து திரும்பிவந்தனர். வடநாட்டில் மழை பெய்து வருவதாகவும், வறுமை நீங்கி விட்டதாகக் கேள்விப்பட்டதாகவும் அவர்கள் தெரிவித்தனர். எனவே மீண்டும் வடநாட்டுக்குச் செல்லத் தீர்மானித்துள்ளதாகவும், மறுநாள் அங்கு பயணம் மேற்கொள்ளப்போவதாகவும் சந்திரகுப்தரிடம் அவர்கள் தெரிவித்தனர்.

அதற்கு சந்திரகுப்தர், “இங்கு இன்னும் சிலநாட்கள் தங்கி இருந்துவிட்டு வடநாட்டுக்குச் செல்லுங்கள்” என்றார்.

அதற்கு அந்த முனிவர்கள், “ஆளரவம் இல்லாமல் எங்கு பார்த்தாலும் அடர்ந்த காடாகத் தெரிகிறது. உணவே கிடைக்காத இந்த இடத்தில் இன்னும் சிலநாட்கள் இருப்பது சாத்தியமே இல்லை. நாங்கள் நாளைக்கே செல்கிறோம்” என்றனர்.

அதற்கு சந்திரகுப்தர், “இக்காட்டிற்குள்ளும் அழகிய நகரம் ஒன்று இருக்கிறது. அங்கு சென்று நீங்கள் வயிறார உண்ணலாம்” என்றார்.

அதைக்கேட்டு அவர்கள் ஆச்சரியமுற்றனர். மறுநாள் அவ்வாறு ஒரு நகரம் இருக்கிறதா என்பதை நேரில் சென்று பார்க்கலாம் என்று நினைத்தனர்.

மறுநாள் அந்த நகரத்தைப் பார்த்து வியந்துபோன அவர்கள் வயிறார உண்டு மனம் நிறைந்தனர். பின்னர் தங்கள் இருப்பிடத்திற்குத் திரும்பினர்.

அப்போது விசாகாச்சாரியார் தமது சீடரிடம், "கமண்டலத்தைக் கொண்டு வா" என்றார். அந்த நகரத்தில் விருந்து படைத்த வீட்டிலேயே மறந்துபோய் அந்தக் கமண்டலத்தை விட்டு வந்தது அப்போதுதான் அந்தச் சீடருக்கு நினைவுவந்தது.

கோபமுற்ற விசாகாச்சாரியார், ''போய் அந்தக் கமண்டலத்தை எடுத்து வா" என்று உத்தரவிட்டார்.

அச்சீடரும் அங்கே சென்றபோது அந்த நகரத்தைக் காண வில்லை. காடு முழுவதும் சுற்றிப் பார்த்துவிட்டார். எங்கேயும் நகரத்தைக் காணவில்லை.

களைப்போடும் ஏமாற்றத்தோடும் திரும்பி வந்தபோது ஒரு மரத்தின் நுனிக்கிளையில் அந்தக் கமண்டலம் இருப்பதைப் பார்த்தார். அதிர்ந்துபோனார்.

பின்னர் கமண்டலத்தை எடுக்காமலேயே திரும்பி வந்து நடந்ததைக் கூறினார் அந்தச் சீடர்.

அதைக் கேட்டு வியப்புற்ற முனிவர்கள் சந்திரகுப்தரிடம் கூறினர்.

உடனே அனைவரும் அங்கிருந்து புறப்பட்டுச் சென்று பார்த்தபோது நகரம் காணப்படவில்லை. ஆனால் சீடர் கூறியது போல மரத்தின் கிளையில் அந்தக் கமண்டலம் மட்டும் இருந்தது. அதை எடுத்த முனிவர்கள் சந்திரகுப்தரிடம், ''பன்னிரெண்டு ஆண்டுகளாகத் தாங்கள் மேற்கொண்ட தவப்பேறு காரணமாக இதுநாள் வரை வானுலகத் தேவர்களே செயற்கை நகரம் அமைத்துத் தங்களுக்கு உணவளித்துள்ளனர். மண்ணுலகிலேயே தேவர்களின் கைகளால் உணவு உண்ட பெருமை தங்களுக்கு மட்டுமே உண்டு. இனி உண்ணா நோன்புகளைக் கைக்கொண்டு தவப்பயன் பெறும் காலம் நெருங்கி வருவதால்தான் அந்நகரம் இப்போது மறைந்துவிட்டது. இனி தாங்கள் தலைமுடியைக் களைந்து, சமண நோன்புகள் அனைத்தையும் கைக்கொண்டு கடுந்தவத்தில் ஈடுபடுங்கள்" என்று கூறினர்.

இதனைத் தொடர்ந்து சந்திரகுப்த முனிவர் வைராக்கியத்தோடு அங்கேயே கடுந்தவத்தில் ஈடுபட்டார். வடக்கிருந்த நிலையில் பட்டினி கிடந்து (சலேகானா) உயிர்துறந்தார்.

மலைவாசிகள் பலரும் சந்திரகுப்தரை இப்போதும் கடவுளாக வணங்கி வருகின்றனர்.

பத்திரபாகு முனிவர் கி.மு. 317 முதல் கி.மு. 297ஆம் ஆண்டு வரையில் வாழ்ந்த ஒரு சமண முனிவர். தமது சீடர்களில் ஒருவரான வைசாக முனிவர் மூலமாக சோழ மற்றும் பாண்டிய நாடுகளில் சமண சமயக் கொள்கைகளைப் பரவச் செய்தவர் பத்திரபாகு முனிவர்.

பத்திரபாகு சிலை

ஒரு மாமன்னர் துறவியாகித் தன் கைப்படவே பொறித்த கல்வெட்டுகள் சந்திரகிரி மலையில் காணப்படுகின்றன. அம்மலையும் சந்திரகுப்தர் பெயராலேயே சந்திரகிரி என்று அழைக்கப்படுகிறது. பத்திரபாகு முனிவர் மற்றும் சந்திரகுப்தரின் பாதங்கள் உள்ளன.

இம்மலை கல்வெட்டுக் களஞ்சியமாகத் திகழ்கிறது. கல்வெட்டுகள் சமண அறத்தைப் பறைச்சாற்றுகின்றன. சோழர், பல்லவர், ஹொய்சாளர், கதம்பர், கொங்கால்வர், நிண்டகுலர், சங்கல்வர், மைசூர் மன்னர்கள் மற்றும் விஜயநகரப் பேரரசு பற்றிய செய்திகள் இக் கல்வெட்டுகளில் குறிக்கப்பட்டுள்ளன.

மேலும் மலையின் மீது பதினான்கு ஆலையங்கள் அமைக்கப்பட்டுள்ளன. அவற்றில் ஒன்றின் பெயர் சந்திரகுப்தர் ஆலயம். ஆலயத்தின் உட்புறம் மௌரியப் பேரரசர் துறவி சந்திரகுப்தர், அவரது குரு பத்திரபாகு ஆகியோரின் வாழ்க்கை நிகழ்வுகள் கற்சிலைகளில் வடிக்கப்பட்டுள்ளன.

பார்சுவநாதர், கத்தலே, சாந்திநாதர், பார்ஸ்வநாதர், சந்திரப் பிரபர், சாமுண்டராய, சாசன, மஜ்ஜிகண்ண, எரடுகட்ட, சுவாதி கந்தவாரண, தேர் மற்றும் சாந்திஸ்வர என்பன மற்ற ஆலயங் களாகும்.

சரஸ்வதி தீர்த்தமாகக் கருதப்படும் இம்மலையை நன்கு ஆய்ந்து வெளியிட்ட ஆங்கிலேயர்கள் ராய்ஸ், டாக்டர் வியூமேன், டாக்டர் ஹார்னலே, ஸ்மித் மற்றும் ராவ்பகதூர் நரசிம்மாச்சாரி ஆகியோரே.

சந்திரகுப்த மௌரியர் கண்ட பதினாறு கனவுகள்தான் அவர் இந்த முடிவை எடுப்பதற்குக் காரணம் என்கிறது சமண மரபு. இந்நிகழ்ச்சியை இங்குள்ள பார்ஸ்வநாதர் கோயிலின் சாளரத்தில் கல்லால் செதுக்கியிருக்கிறார்கள்.

சரவணபெலகுலா ஓர் ஆன்மிகப் பொக்கிஷம் என்றால் மிகையாகாது. பெங்களூருவில் இருந்து 158 கி.மீ. தொலைவில் உள்ள ஹாசன் மாவட்டத்தில் அமைந்திருக்கிறது. கடல் மட்டத்தில் இருந்து சுமார் 3 ஆயிரத்து 350 அடி உயரத்தில் அமைந்திருக்கிறது. விந்தியகிரி மற்றும் சந்திரகிரி என்ற இரு பெரும் மலைகளால் சூழ்ந்து காணப்படுகிறது.

சரவணபெலகுலா என்னும் கன்னடச் சொல்லுக்கு தமிழில் 'சரவண வெள்ளைக்குளம்' என்று அர்த்தம். ஊரின் நடுவே

பெலகுலா என்ற குளம் இருக்கிறது. பெலா என்றால் வெள்ளை என்றும், குலா என்றால் குளம் என்றும் கன்னடத்தில் அர்த்தம் வருகிறது.

சரவணபெலகுலா சமணர்களின் புனிதத் தலமாகும். விந்தியகிரி மலையின் உச்சியில் அமைந்திருக்கிறது கோமதீஸ்வர பகவான் என்று அழைக்கப்படும் சமணத் துறவி பாகுபலியின் சிலை. 57 அடி உயரத்தில் மலை உச்சியில் பாகுபலி சிலை ஒற்றைக் கல்லினால் வடிவமைக்கப்பட்டிருக்கிறது. உலகின் மிகப் பெரிய ஒற்றைக் கல் சிலை சரவணபெலகுலாவில் உள்ள இந்த பாகுபலி சிலைதான்.

சமணர்களால் போற்றப்படும் 24 தீர்த்தங்கரர்களுள் முதலாமவரான ரிஷபருக்கு நூறு புதல்வர்கள். முதலாமவர் பரதன். இரண்டாவது மகன் பாகுபலி.

பரதனுக்கு முடிசூட்டு விழா நடக்க, பாகுபலி வெகுண்டு சகோதரன் பரதனோடு போரிட்டு வெற்றி வாகை சூடுகிறான். போரில் தோற்ற தமையனின் வாடிய முகம் கண்டு, பாகுபலி துறவறம் மேற்கொண்டதாகப் புராணங்கள் கூறுகின்றன.

சரவணபெலகுலாவில் பாகுபலிக்கு வழிபாட்டுத் தலம் அமைக்கப்பட்டுள்ளது. அங்குள்ள ஒற்றைக் கல்லால் ஆன கோமதீஸ்வரர் சிலைக்கு 12 ஆண்டுகளுக்கு ஒருமுறை மகா மஸ்தகாபிஷேக திருவிழாவில் அபிஷேகம் செய்யப்படுகிறது.

இம்மலையின் உச்சியில் அமைந்துள்ள குகைக் கோயிலில் சமண சமயத்தைச் சார்ந்த பலரது சிலைகளும் இடம் பெற்றுள்ளன. சுமார் ஆயிரத்து 500 படிகள் ஏறி மலைக் கோயிலை அடைய வேண்டும்.

செங்குத்தான மலைப் பாதையில் ஏறும்போதே சரவண பெலகுலாவின் ஒட்டுமொத்த அழகையும் கண்டு ரசிக்கலாம். கண்ணுக்கு எட்டிய தூரம் வரை பச்சைப்பசேலென மரங்கள் சூழ்ந்திருக்கும் இம்மலையில் உள்ள கோயில் அமைப்புகளும், அங்குள்ள சிலைகளின் வடிவமைப்பும் சிற்பக் கலைக்கு எடுத்துக்காட்டாக அமைந்திருக்கிறது.

கி.பி. 900 ஆண்டுகளைச் சேர்ந்த இரு கல்வெட்டுகள் ஸ்ரீரெங்கப்பட்டினத்தின் சுற்றுப்புறங்களில் கண்டெடுக்கப் பட்டன. சரவணபெலகுலாவில் உள்ள சந்திரகிரியின் சிகரம் பற்றி இக்கல்வெட்டுக்களில் காணப்படுகின்றன.

7 பிந்துசாரர்

மௌரியப் பேரரசின் இரண்டாவது பேரரசர் பிந்துசாரர். இவரது ஆட்சிக் காலம் கி.மு. 297 முதல் 273 வரை என்று அறியப்படுகிறது.

இவர் சந்திரகுப்த மௌரியரின் மகன் இவரது தாயார் துர்தாரா. இவர் அசோகச் சக்ரவர்த்தியின் தந்தை என்பதும் குறிப்பிடத்தக்கது. இவரது ஆட்சிக் காலத்தில் மௌரியப் பேரரசு மேலும் விரிவுபடுத்தப்பட்டது.

சந்திரகுப்த மௌரியர் மற்றும் ஆசோகரைப் போன்று இவரைப் பற்றிய தகவல்கள் முறையாக ஆவணப் படுத்தப்பட வில்லை. பிந்துசாரரின் மரணத்திற்குப் பிறகு பல நூறு

ஆண்டுகளாக எழுதப்பட்ட புராணக் கதைகளில் இருந்தே இவரைப் பற்றிய தகவல்கள் பெறப்பட்டன.

சந்திரகுப்தர் உருவாக்கிய மௌரியப் பேரரசை ஒருங் கிணைத்த பெருமை இவருக்கு உண்டு. தமது பேரரசை தென்னிந்தியாவிலும் பரவச் செய்தார். அரபிக் கடல் மற்றும் வங்காள விரிகுடா ஆகிய இரு கடல்களுக்கு இடைப்பட்ட பதினாறு நாடுகளை வென்றார். மைசூர் வரை படையெடுத்துச் சென்று தக்காணத்தைக் கைப்பற்றினார்.

வடஇந்தியாவில் கலிங்கம் மட்டுமே பிந்துசாரரால் கைப்பற்ற முடியாத பகுதியாக இருந்தது. பின்னர் அசோகர் அதையும் வெற்றி கொண்டு மகதப் பேரரசை மேலும் விரிவாக்கி னார்.

'உயர்ந்த தந்தை மற்றும் உயர்ந்த மகனை'க் கொண்டவர் பிந்துசாரர்.

இதனை கி.பி. 16ஆம் நூற்றாண்டில் வாழ்ந்த திபெத்திய புத்தமத நூலாசிரியர் தாரானாதர் என்பவர் குறிப்பிட்டுள்ளார். ஆனால் இதனை வரலாற்று ஆய்வாளர்கள் சிலர் நம்ப மறுக்கின்றனர்.

இலங்கையின் மிகப் பழமையான நூல்களான பாலி மொழியில் எழுதப்பட்ட தீபவம்சம், மகாவம்சம், வம்சதபக்சினி, சமந்தபாசடிக்கா ஆகிய புத்த சமய நூல்களும் பிந்துசாரரைப் பற்றிய தகவல்களைப் பதிவு செய்துள்ளன.

கி.பி. 12ஆம் நூற்றாண்டில் ஏமச்சந்திரர் எழுதிய பரிசுத்த பர்வன் என்னும் நூலும், கி.பி 19ஆம் நூற்றாண்டில் தேவசந்திரர் எழுதிய ராசவளி கதா என்னும் சமண சமய நூலும் பிந்துசாரரைப் பற்றித் தெரிவிக்கின்றன.

சங்கப் புலவர் மாமூலனார் பாடலில் மௌரியர் படை யெடுப்பைப் பற்றிய குறிப்புகள் இருப்பதால் இவர் தமிழகம் வரை படையெடுப்பை நிகழ்த்தி இருக்கலாம் என்று நம்பப்படு கிறது.

சமண சமயத்தின் ஒரு பிரிவான ஆசீவகம் பிரிவைச் சேர்ந்தவர் பிந்துசாரர். இவரது தந்தை தீவிர சிவ பக்தராக இருந்தபோதிலும் கடைசியில் சமண சமயத்தைப் பின்பற்றினார். துறவு பூண்டு வடக்கிருந்து உயிர்துறந்தார்.

பிந்துசாரரின் மகன் அசோகரும் தீவிர சிவ பக்தராகத்தான் இருந்தார். ஆனால் கலிங்கத்துப் போருக்குப் பிறகு மனம் மாறி மதம் மாறினார். புத்த மதத்தைத் தழுவினார்.

பிந்துசாரரின் மனைவியரில் ஒருவரான சம்பா என்னும் இடத்தைச் சேர்ந்த ராணி சுபதாரங்கியும் ஆசீவக நெறியைச் சேர்ந்த அந்தணர் ஆவார்.

பிந்துசாரரின் குருவான ஜனசனர் என்னும் பிங்கலவட்ச வரும் ஆசீவக நெறியை சேர்ந்த அந்தணர் தான்.

அந்தணர்கள் வசிக்கும் மடங்களுக்கு பல்வேறு நிலதானங் களை பிந்துசாரர் செய்துள்ளார்.

கி.மு. 4ஆம் நூற்றாண்டுக்கு முன்பே ஆசீவக நெறி பண்டைய தமிழகம் மட்டுமில்லாமல் பண்டைய இந்தியா முழுவதும் இருந்தாலும், பிந்துசாரின் ஆட்சியின் போது வட இந்தியாவில் ஆசீவக நெறி புகழின் உச்சியைத் தொட்டிருந்தது குறிப்பிடத்தக்கது.

கற்புக்கரசி கண்ணகியின் தந்தை மாநாய்க்கன் கடைசியில் ஆசீவக நெறியைக் கடைப்பிடித்தார்.

இங்கே ஒன்றை நாம் சரியாகப் புரிந்துகொள்ள வேண்டும். சமண சமயம் பலமாகத் தழைத்தோங்கி இருந்ததால் அச்சமயத்தைப் பின்பற்றிய சந்திரகுப்தரைப் பற்றி சமண நூல்கள் பலவும் தெளிவாகவே பதிவு செய்துள்ளன.

அதேபோல பௌத்த மதமும் புகழ்பெற்ற மதமாக விளங்கிய காரணத்தால் அந்த மதத்தைத் தழுவிய அசோகரைப் பற்றியும் ஏராள வரலாற்றுப் பதிவுகளை உள்ளடக்கிக் காணப்படுகிறது.

இதன்காரணமாக சந்திரகுப்த மௌரியர் மற்றும் அசோகச் சக்ரவர்த்திகளைப் பற்றிய பல்வேறு வரலாற்று உண்மைகளை நம்மால் தெரிந்து கொள்ள முடிகிறது.

ஆனால் ஆசீவக நெறி அந்த அளவிற்குப் புகழ் பெற்றதாக இல்லை என்பதால் பிந்துசாரரைப் பற்றிய பல விவரங்கள் தெரியாமலேயே போய்விட்டது என்பதும் உண்மையே.

மேலும் பிந்துசாரர் பிறப்பைப் பற்றியும் நிறைய தகவல்கள் காணக் கிடக்கின்றன.

பிந்துசாரர் கருவில் இருந்தபோதே அவரது தாயார் இறந்து விட்டார். ஆனால் சந்திரகுப்தருக்கு நிச்சயம் ஒரு வாரிசு

பிந்துசாரர்

வேண்டும் என்றும், மௌரியப் பேரரசு நிலைத்து நிற்பதற்கு அது அவசியம் என்றும் நினைத்தார் சாணக்கியர்

எனவே சுஷ்ருதர் என்னும் புகழ்பெற்ற மருத்துவ மேதையை அழைத்து வந்து இறந்துபோன மகாராணியின் வயிற்றில் உள்ள கருவை பத்திரமாக எடுத்து வளர்ச்சியடையச் செய்து அதற்கு உயிரூட்ட வேண்டும் என்று கேட்டுக்கொண்டார் சாணக்கியர்.

சுஷ்ருதரும் தமது மருத்துவ அறிவை அங்கே விசாலமாகப் பதிவு செய்தார். துர்தாராவின் கர்ப்பப் பையில் இருந்து அந்தக் கருவைக் கவனமாக எடுத்து ஒரு ஆட்டின் கர்ப்பப் பையில் வைத்து தைத்து வளர்க்கச் செய்தார். பின்னர் உரிய காலம் வந்ததும் அந்தக் குழந்தையைப் பிறக்கச் செய்தார்.

அவ்வாறு ஆட்டின் கர்ப்பப் பையில் வளர்ந்த குழந்தை என்பதால் 'பிந்து சாரர்' என்று பெயர் சூட்டப்பட்டது. பிந்து என்றால் ஆடு அல்லது மான் என்று பொருள்.

இப்படியும் பிந்துசாரரின் பிறப்பைப் பற்றிச் சொல்லப் படுகிறது.

சந்திரகுப்த மௌரியர் சமணத் துறவியாகி சரவணபெலகுலா சென்ற காலக்கட்டத்தில் சாணக்கியருக்கும் வயதாகி இருந்தது. அவரது ஆற்றல் மற்றும் திறமை மீது அவருடனேயே இருந்த சுபந்துக்குப் பொறாமை அதிகம் இருந்தது. எனினும் சந்திரகுப்தர் இருக்கும் வரை அவரை ஒன்றும் செய்ய முடியாத நிலையில் இருந்தார்.

இந்நிலையில் அதிகாரம் பிந்துசாரர் கைகளுக்கு வந்ததும் சாணக்கியரை அப்புறப்படுத்திவிட்டு அந்த இடத்திற்கு வரவேண்டும் என்று நினைத்தார்.

அதற்கு முக்கியக் கருவியாக பிந்துசாரரின் பிறப்பைப் பற்றிய தகவலை பிந்துசாரருக்குத் தெரிவித்து சாணக்கியர் மீது அவர் கோபப்படும்படிச் செய்வது என்று முடிவெடுத்தார்.

■■■■■■■■

பிந்துசாரர்

சாணக்கியர் இல்லாத ஒரு தருணத்தில் தனியாக இருந்த பிந்துசாரரிடம் மெல்ல தனது பற்ற வைத்தல் பணியைத் தொடங்கினார் சுபந்து. பிந்துசாரர் தாயாரின் மரணத்துக்கு சாணக்கியர்தான் காரணம் என்றும், விஷம் கொடுத்துக் கொன்றதாகவும் கூறினார்.

திடுக்கிட்டார் பிந்துசாரர்.

அவரால் அதை நம்பவே முடியவில்லை.

ஆனாலும் நடந்த விஷயத்தை மிகவும் தெளிவாகவும், திகில் கதையைப் போலவும் கற்பனை கலந்து கூறவே கோபத்தின் உச்சிக்கே சென்றார் பிந்துசாரர்.

உணர்ச்சிவசப்பட்ட காரணத்தால் சுபந்து கூறியது உண்மை தானா என்று விசாரித்துத் தெரிந்து கொள்ள வேண்டும் என்ற எண்ணம்கூட இல்லாதவராக மாறினார்.

உடனடியாக சாணக்கியரைக் கைது செய்து அழைத்து வருமாறு பணித்தார். சுபந்துவையே படையுடன் அனுப்பியும் வைத்தார்.

அவ்வாறே சாணக்கியர் அழைத்து வரப்பட்டார். அப்போது சுபந்து கூறியதைப் பற்றி பிந்துசாரர் கேட்கவே சாணக்கியருக்கும் சுபந்துக்கும் இடையே கடுமையான வாக்குவாதம் ஏற்பட்டது.

ஆயினும் சாணக்கியரின் வாதத்தை பிந்துசாரர் ஏற்கத் தயாராக இல்லை. சுபந்து கூறியதைத் தான் நம்புவதாக அவையில் பலர் முன்னிலையில் அறிவித்தார்.

இதனால் சாணக்கியர் முனமுடைந்து போனார். அதற்கு மேலும் அந்த அரண்மனையில் இருக்க விரும்பாமல் பிந்துசாரரை விடுத்து வேறு இடத்திற்குச் சென்றார்.

தனிமையான ஓரிடத்தில் உணவு ஏதும் உண்ணாமல் பட்டினி கிடந்து சாணக்கியர் உயிர் துறந்தார்.

இப்படி ஒரு வரலாற்றுப் பதிவு உண்டு.

ஆனால் சுபந்து சூழ்ச்சியாகத் திட்டமிட்டு சாணக்கியரைக் கொன்றுவிட்டதாகவும் சொல்லப்படுகிறது.

இச்சம்பவத்திற்குப் பிறகு பிந்துசாரரின் அன்னைக்குப் பணிவிடை செய்த பெண்மணி மூலம் நடந்த உண்மைகளைத் தெரிந்துகொண்டார் பிந்துசாரர்.

சந்திரகுப்தருக்கு மிகக் குறைந்த அளவு விஷத்தை தினமும் உணவில் சாணக்கியர் கலந்து கொடுப்பதுண்டு. இது சந்திரகுப்தரை வலிமைப்படுத்தவும், எதிரிகளைத் தோற்கடிக்கவும், சந்திரகுப்தரின் உடலில் வீரியத்தை ஏற்படுத்தவும் வேண்டும் என்ற நல்லெண்ணத்தில் கொடுக்கப்பட்டது.

இது சந்திரகுப்தர் அறிந்தே சாணக்கியர் கொடுத்தார்.

இந்நிலையில் சந்திரகுப்தரின் மனைவி கர்ப்பமாக இருக்கும்போது, அரச ரகசியமான இந்த விஷயம் தெரியாமல் சந்திரகுப்தருக்காக வைத்திருந்த உணவை எடுத்து சாப்பிட்டு விட்டார்.

இதையறிந்த சாணக்கியர், அவரின் வயிற்றிலிருந்த பிந்துசாரரை எப்படியாவது காப்பாற்ற வேண்டும் என்று சிகிச்சை அளித்து குழந்தையான பிந்துசாரரைப் பிழைக்க வைத்தார். ஆனால் அவரின் தாயைக் காப்பாற்ற இயலாமல் போனது.

இந்த விஷயத்தை பிந்துசாரரிடம் அந்த பணிவிடைப் பெண் சொன்னதும் வருத்தமுற்றார் பிந்துசாரர். உண்மை என்ன என்பதை சரியாக அறியாமல் சாணக்கியரிடம் கோபம் கொண்டதற்காக வருந்தினார். எங்கிருந்தாலும் சாணக்கியரை உடனே அழைத்து வருமாறு உத்தரவிட்டார்

ஆனால் அதற்குள் சாணக்கியர் உண்ணா நோன்பிருந்து உயிரை மாய்த்துக் கொண்டார்.

இதனையடுத்து சுபந்துவின் மீது பிந்துசாரரின் கோபம் திரும்பியது. அவர் அங்கிருந்து துரத்தப்பட்டார்.

இதனிடையே சாணக்கியர் எங்கோ வெளியேறிச் சென்றதும் அவர் வீட்டில் இருந்த பெட்டகத்தின் மீது சுபந்துவின் பார்வை சென்றது. அந்தப் பெட்டகத்தில் விலை மதிப்பற்ற பொக்கிஷம் இருப்பதாக ஒரு சந்தேகம் அவருக்கு இருந்தது.

எனவே சாணக்கியர் வீட்டிற்குச் சென்று அந்தப் பெட்டகத்தைப் பார்த்தார். அதில் பல பூட்டுகள் இருந்தன. பொறுமையான அத்தனை பூட்டுகளையும் உடைத்தார். உள்ளே இருக்கும் பொக்கிஷத்தை யாருக்கும் தெரியாமல் ரகசியமாக மறைத்து வைத்திருக்க வேண்டும் என்றும் முடிவுசெய்தார்.

பூட்டுக்களை உடைத்து பெட்டகத்தைத் திறந்தபோது அவர் திடுக்கிட்டுப்போனார்.

அதைத் திறந்தபோது அதனுள்ளிருந்து மனத்தை மயக்கும் நறுமணம் குப்பென்று வீசியது. அந்த மணத்தை அவர் முகர்ந்து விட்டார்.

அதன்பிறகு பெட்டகத்திற்குள் எழுதப்பட்ட ஓலை ஒன்று இருந்தது. அதையெடுத்துப் படித்துப் பார்த்தார்.

“இந்த மணத்தை நுகர்பவர் நிச்சயமாகத் துறவறம் மேற் கொள்ள வேண்டும். இல்லையென்றால் அவரின் உயிர் போவது நிச்சயம்” என்று எழுதப்பட்டிருந்தது.

அந்த வாசகம் உண்மைதானா என்ற சந்தேகம் சுபந்துவிற்கு ஏற்பட்டது.

பாதுகாப்பிற்காக வெளியே நின்றிருந்த வீரனை அழைத்து அந்தப் பெட்டகத்தின் நறுமணத்தை நுகரும்படிக் கூறினார். அந்த வீரனும் நுகர்ந்தார். அப்புறம் அன்றிரவுக்குள் அந்த வீரர் திடீரென்று இறந்து போனார்.

இதனால் சுபந்து அச்சமடைந்தார். அந்த ஓலையில் எழுதப்பட்ட வாசகம் உண்மையானதுதான் என்பது புரிந்தது. எனவே உடனடியாகத் துறவறம் பூண்டு அங்கிருந்து எங்கோ சென்றுவிட்டார்.

எதிரிக்கு இவ்வாறுதான் சாணக்கியர் அதிர்ச்சி வைத்தியம் அளித்தார் என்ற செய்தியும் உண்டு.

கிரேக்க நாட்டு வரலாற்று ஆசிரியர்கள் ‘அமித்ரகாதன்’ என்று குறிப்பிட்டுள்ளனர். இதற்கு எதிரிகளை அழிப்பவன் என்று பொருள். இது பிந்துசாரரைக் குறிப்பிடுவதாக நம்பப்படு கிறது.

இவருக்கு மொத்தம் 12 மனைவிகள். 101 புதல்வர்களும் உண்டு. அவர்களில் ஒருவர் தான் சாம்ராட் அசோகர்.

பிந்துசாரருக்குப் பிறகு அரியணை ஏறுவதில் ஏற்பட்ட சண்டையில் தமது உடன் பிறந்த 99 சகோதரர்களையும் அசோகர் கொன்று அரியணையில் ஏறியதாக ஒரு வரலாறு உண்டு.

திஷ்யா என்ற ஒரு சகோதரரை மட்டும் அவர் கொல்ல வில்லை என்றும் கூறப்படுகிறது.

தமது மகன் அசோகரை உஜ்ஜயினியின் ஆளுநராக நியமித்தார் பிந்துசாரர்.

சிரியா நாட்டுடன் நல்ல நட்புறவை வளர்த்திருந்தார் பிந்து சாரர். அப்போதைய சிரியா நாட்டு மன்னர் முதலாம் ஆன்டியோகஸ் தமது நாட்டின் தூதுவராக டைமகஸ் என்பவரை பிந்துசாரரின் அவைக்கு அனுப்பி வைத்தார்.

சிரியா நாட்டு மன்னரிடம் இனிப்பான மது, உலர்ந்த அத்திப் பழம் மற்றும் ஒரு தத்துவஞானியை இந்தியாவிற்கு அனுப்பி வைக்குமாறு கோரிக்கை விடுத்தார் பிந்துசாரர்.

அவர் கேட்ட பொருட்களை எல்லாம் உடனடியாக அனுப்பிவைத்த முதலாம் ஆன்டியோகஸ், தங்கள் நாட்டு சட்டப்படி தத்துவஞானியை மட்டும் அனுப்ப இயலாது என்று தெரிவித்துவிட்டார்.

தென்னாட்டின் மீது சந்திரகுப்தருக்கு ஒரு கண் இருந்தது. அதை எப்படியாவது வீழ்த்தி தமது மௌரிய சாம்ராஜ்யத்தை மேலும் விரிவுபடுத்திக் கொள்ள வேண்டும் என்ற பேரார்வம் இருந்தது.

ஆனால் கடைசியில் மைசூர் அருகே சரவணபெலகுலாவில் துறவியாக உண்ணா நோன்பிருந்து உயிர்துறக்க மட்டுமே அவரால் முடிந்தது.

ஆனால் தந்தையின் ஆசையை எப்படியும் உண்மையாக்கிட வேண்டும் என்பதில் உறுதியாக இருந்தார் அவரது குமாரர் பிந்துசாரர்.

அவர் ஏறத்தாழ 25 ஆண்டுகள் மகத நாட்டுப் பேரரசராக இருந்தார். அதில் பத்து ஆண்டுகளுக்கும் மேலாக தென்னாட்டுப் பகுதிகளை வீழ்த்துவதிலேயே குறியாக இருந்தார்.

மாமன்னராகப் பதவியேற்றது முதலே வடுகர்களின் துணையோடு தமிழகத்தின் எல்லைகளைத் தாக்கத் தொடங்கினார் பிந்துசாரர்.

அப்போது சேர, சோழ, பாண்டிய மன்னர்களின் ஆட்சி வெகுசிறப்பாக, மக்களின் பேராதரவோடு இங்கே தமிழகத்தில் நடந்து வந்தது.

அவர்களுக்கு முதல் வெற்றி துளுவ நாட்டில் கிடைத்தது. பாழியைத் தலைநகராகக் கொண்டு துளுவ நாட்டை அப்போது ஆட்சி செய்து வந்தவர் நன்னன். பெரும் படை பலத்தோடு எதிர்த்து வெற்றி பெற முடியாமல் போனது துளுவ படைக்கு.

பிந்துசாரர்

■■■■■■■■

தக்காணத்தின் மீதான படையெடுப்பின்போது மெளரியர்களுக்குத் துணையாக இருந்து ஆதரவளித்தது வடுகர்கள்.

வடுகர்கள் என்பவர்கள் முற்காலத்தில் தமிழகத்தின் வட எல்லைக்கு அப்பால் வாழ்ந்தவர்கள். இவர்கள் மொழி வடுக மொழி ஆகும். வடுக மொழி பேசுபவர்கள் தற்போதைய கர்நாடக மாநிலத்தில் காணப்பட்டனர்.

பின்னர் மெளரியப் படையில் கோசர்களும் இணைந்து கொண்டனர்.

கோசர்கள் என்பவர்கள் பண்டைக் காலத்தில் தென்னாட்டில் குறுநில மன்னர்களாக இருந்தார்கள். தொன்மைக் குடியைச் சேர்ந்த இவர்கள் துளு, கொங்கு ஆகிய நாடுகளில் அதிகாரம் பெற்றிருந்தார்கள். தமிழகத்தின் வேறு சில பகுதிகளில் இவர்கள் சிற்றரசர்களாக இருந்தனர்.

எனினும் இவர்களும் தற்போதைய கர்நாடக மாநிலத்தைச் சேர்ந்தவர்கள் என்பது குறிப்பிடத்தக்கது.

ஆக தென்னாட்டில் வலிமையாக விளங்கிய வடுகர்கள் மற்றும் கோசர்களின் துணையோடு தங்கள் படை பலத்தையும் சேர்த்து தமிழகத்தின் மீது படையெடுக்க நினைத்தார் பிந்துசாரர்.

எனவே அடுத்தடுத்து மூவேந்தர்களையும் எளிதாக வென்று தமிழகத்தையும் (அப்போது கேரளமும் இதில் அடங்கியிருந்தது. அது சேர நாடு என்று அறியப்பட்டது) மௌரியப் பேரரசில் இணைத்துவிடலாம் என்பதுதான் பிந்துசாரரின் திட்டமாக இருந்தது.

■■■■■■■■

பிந்துசாரரின் தாயார் துர்தாரா

ஆனால் அது அவருக்கு சாத்தியமாகாது போயிற்று.

அதற்கு முக்கியக் காரணம் இளஞ்சேட்சென்னி தான்.

தமிழகத்துக்கு வந்துள்ள மிகப்பெரிய ஆபத்தை, அப்போது சோழ மன்னராக இருந்த இளஞ்சேட்சென்னி நன்கு உணர்ந்து கொண்டார். எல்லையில் உள்ள படைத்தலைவர்கள், வேளிர்கள், சிற்றரசர்கள் ஆகியோரை மட்டும் இந்தப் பெரும் போருக்கு பொறுப்பாக்குவது பெரும் ஆபத்தில் முடியும் என்று எண்ணி னார்.

எனவே தமிழகத்து மன்னர்களை ஒன்றுதிரட்டி தனது தலைமையில் பெரும் படையைத் திரட்டினார்.

பாண்டிய நாட்டுப் படைத் தளபதி மோகூர் நாட்டின் பழையன் மாறன், சோழ நாட்டுப் படைத் தளபதி அழுந்தூர் வேளிர் திதியர், அதியமான் மரபைச் சேர்ந்த எழினி ஆகியோரின் யானை பலமிக்க வீரத்தின் முன்பாக மௌரியப் படையினரால் ஒன்றுமே செய்ய முடியவில்லை.

போரின் துவக்கத்தில் மௌரியர்கள் தங்கள் முழுபலத்தை யும் பயன்படுத்தவில்லை. எளிதாக வென்றுவிட முடியும் என்ற அலட்சியமே அதற்கு முக்கியக் காரணம்.

ஆனால் இந்தப் படைத் தளபதிகளின் கடுமையான போர் வேகமும், அதன் காரணமாக சிற்றரசர்கள் சிலரால் மௌரியப் படையினர் தோல்வி அடைந்ததும் பிந்துசாரருக்குக் கோபத்தை வரவழைத்தது.

தமிழகத்தை மிகவும் குறைவாக மதிப்பிட்ட தவறை அதன் பின்னரே பிந்துசாரர் புரிந்துகொண்டார்.

சிறுசிறு படைகளை அனுப்பி தமிழகத்தைக் கைப்பற்றுவது என்பது பகல் கனவு என்ற உண்மையை உணர்ந்தார்.

எனவே குதிரைப் படை, யானைப் படை, தேர்ப் படை என்று அனைத்துப் படையையும் திரட்டி தமிழகத்தின் மீது படையெடுக்கத் தீர்மானித்தார்.

தங்கள் படைகள் அங்கே செல்வதற்கு எளிதாக இருக்க வேண்டும் என்பதற்காக வரும் வழியில் இருந்த மலைகளை எல்லாம் உடைத்து வழித்தடம் அமைக்கப்பட்டது. போருக்கான இத்தகைய ஆயத்தங்கள் சில ஆண்டுகளாக நடைபெற்றன.

தமிழகத்தை நெருங்கிக் கொண்டிருக்கும் பெரும் ஆபத்து, சோழ நாட்டை ஆண்ட இளஞ்சேட்சென்னிக்குப் புரிந்தது. இந்தச் சவாலை எதிர்த்துச் சமாளிக்க பாண்டிய மன்னர், சேர மன்னர் மற்றும் பல சிற்றரசர்களையும் ஒன்று திரட்டினார்.

இதனைத் தொடர்ந்து மௌரியர்களிடம் இருந்து தமிழகத்தைக் காக்க ஒட்டுமொத்தத் தமிழர்களும் ஒருங்கிணைந்து பெரும்படையாக நின்றார்கள்.

தமிழகத்தின் வடபகுதி முழுவதும் மௌரியப் படையால் வலுவாகத் தாக்கப்பட்டது. வடஆற்காட்டில் வல்லம் என்ற இடத்தில் நடந்த மிகப் பெரிய சண்டையில் இளஞ்சேட்சென்னி மௌரியர்களைப் பெரும் தோல்வியடையச் செய்தார்.

இந்த வல்லம் போர் குறித்து அகநானூற்றில் கொட்டிலார் என்னும் பெண் புலவர் குறிப்பிட்டுள்ளார். அவர் மௌரியர்களை ஆரியர் என்றே பாடியுள்ளார்.

வல்லம் போரின் தோல்விக்குப் பிறகும் இன்னும் அதிகப் படைகளை அனுப்பி மீண்டும் மீண்டும் சண்டையிட்டுக் கொண்டே இருந்தனர் மௌரியர்கள்.

எனினும் அந்தச் சண்டைகளில் கணிசமான இழப்பைத்தான் அவர்கள் சந்திக்க வேண்டியிருந்தது.

இப்போரில் பாண்டியர்களின் படைக்கு அப்போது இளைஞராக இருந்த நெடுஞ்செழியன் தலைமையேற்றிருந்தார். அவரின் வீரமான போர் காரணமாக மௌரியர்களின் மிகப் பெரிய படை ஒன்று தோற்கடிக்கப்பட்டது. இதன்காரணமாகவே அவருக்கு 'ஆரியப்படை கடந்த நெடுஞ்செழியன்' என்னும் சிறப்புப் பெயர் கிட்டியது.

முதலாம் கரிகால் சோழனின் சம காலத்தவராகவும், சேரன் செங்குட்டுவனுக்கு முந்தையவராகவும் இருந்தார் நெடுஞ்செழியன். இவ்வாறு சோழர்களும் பாண்டியர்களும் இணைந்து போரிட்டதால் தாக்குப்பிடிக்க முடியாத மௌரியப் படை பெரும் இழப்புகளுடன் பாழி நகருக்குப் பின்வாங்கியது.

இளஞ்சேட்சென்னி தொடர்ந்து போர் தொடுத்துக் கொண்டே இருந்தார். பாழி நகர் வரைப் படையெடுத்துச் சென்று அங்கும் வெற்றியை ஈட்டினார்.

பாழியை இளஞ்சேட்சென்னி வெற்றி பெற்றது குறித்து இடையன் சேந்தன் கொற்றனார் என்ற புலவர் அகநானூற்றில்

பாடியுள்ளார். அதில் மௌரியர்களை அவர் 'வம்பவடுகர்' என்று குறிப்பிட்டுள்ளார்.

வடக்கே இருப்பவர்கள் வடுகர் என்று அழைக்கப்பட்டனர். ஆனால் அதற்கும் வடக்கே மௌரியர்கள் இருப்பதை அவர் அறிந்திராத காரணத்தால் புதிய வடுகர்களை வம்பவடுகர் என்று குறிப்பிட்டுள்ளார்.

பல்வேறு ஆயத்தங்களோடு கணிசமான படைகளை இறக்கியும் தமிழர்களின் வீரத்துக்கு முன் மௌரியப்படைகள் தாக்குப்பிடிக்க முடியவில்லை.

வரலாறு காணாத மாபெரும் தோல்வியைச் சந்தித்தது மௌரியப் படை.

வெற்றியை மட்டுமே அனுபவித்து வந்த மௌரியப் படை முதல்முறையாகத் தோல்வியைப் பார்த்தது.

இந்தப் படையெடுப்பு நிகழ்ந்தபோது மௌரியப் பேரரசை ஆண்டு வந்தது பிந்துசாரர்.

இந்த உண்மை வரலாற்றை நமக்கு புறநானூறு, அகநானூறு தவிர பல சங்கப்பாடல்களும் மிகத் தெளிவாகப் பதிவு செய்து வைத்துள்ளன.

பாழி நகரில் நடந்த இறுதிப் போருக்குப் பிறகு தமிழர்களை படை பலத்தால் வெற்றி கொள்வது கடினம் என்ற உண்மையை உணர்ந்து கொண்டது மௌரியப் பேரரசு.

எனவே நிரந்தரமாகப் பின்வாங்கியது.

அதன்பிறகு தமிழர்களோடு பகைமை பாராட்டாமல் நட்பு பாராட்டத் தொடங்கினர்.

கி.மு. 297ஆம் ஆண்டு தொடங்கப்பெற்ற தென்னாட்டின் மீதான படையெடுப்பு கி.மு. 288ஆம் ஆண்டு வாக்கில் முடிவிற்கு வந்ததாகக் கணக்கிடப்பட்டுள்ளது.

இந்தப் போரில் வெற்றி பெறுவதற்கு முழுமுதற் காரணம் சோழர்களே என்று தமது இரு கல்வெட்டுகளிலும் பாண்டியர் களைவிட சோழர்களையே முதன்மைப் படுத்தியுள்ளார் அசோகச் சக்ரவர்த்தி.

இவ்வாறு பத்து ஆண்டுகளுக்கும் மேலாக மௌரியர்களின் படையெடுப்பு தமிழர்களின் ஒற்றுமையால் உடைந்து சுக்கு

நூறாகியது. அவர்களின் ஒற்றுமை அதுவே முதல் தடவை மட்டுமல்லாமல் கடைசி தடவையும் ஆகும்.

ஏனென்றால் மௌரியப் படையெடுப்பு முடிவடைந்த பின்னர் பாண்டியர்கள் சதி செய்து இளஞ்சேட் சென்னியைக் கொன்ற கேவல வரலாறும் உண்டு.

இங்கே இன்னொன்றையும் முக்கியமாகக் கவனிக்க வேண்டும். அதியமான் மரபைச் சேர்ந்தவர்கள் கடைசிவரை விடாப்பிடியாக மௌரியர்களை எதிர்த்து சண்டையிட்டுக் கொண்டே இருந்தனர்.

தமிழகத்தின் மேற்குக் கடற்கரையில் குதிரை மலை முதல் கொங்கு நாடு வரை அதியமான் மரபினர் அதிகளவில் ஆட்சி செய்து வந்தனர். அந்த வழியாகப் படையெடுப்பு நிகழ்த்திய மௌரியப் படையை அவர்கள் கடுமையாக எதிர்த்துப் போரிட்டனர்.

சோழ நாட்டின் எல்லையில் உள்ள அழுந்தூர்வேள் நிதியன் என்னும் அதியன் மரபினரும், பாண்டிய நாட்டு எல்லையில் உள்ள மோகூர் பழையனும் இணைந்து மௌரியர்கள் மீது நடத்திய கடுமையான தாக்குதலும் மௌரியர்களின் தோல்விக்கு முக்கியக் காரணம்.

பிந்துசாரரின் மூத்த மகன் சுஷிம். இரண்டாவது மகன் அசோகர்.

அசோகர் உஜ்ஜயினியின் ஆளுநராக நியமிக்கப்பட்டு அங்குள்ள நிர்வாகத்தைக் கவனித்து வந்தார்.

தட்சசீலாவின் ஆளுநராக சுஷிம் நியமிக்கப்பட்டிருந்தார். அவரது கொடுங்கோல் ஆட்சி காரணமாக அங்குள்ள மக்கள் ஒன்றுதிரண்டு கலகத்தில் ஈடுபட்டனர். சுஷிமால் அதனை அடக்க முடியவில்லை.

அப்போது பிந்துசாரரின் நிர்வாகத்தில் ஐநூறுக்கும் மேற்பட்ட அரசப் பிரதிநிதிகள் இருந்தனர். அவர்களில் பெரும் பாலானோர் அசோகரை அனுப்பினால் கலகத்தை அடக்கிவிடு வார் என்று யோசனை தெரிவித்தனர். அமைச்சர்களின் இந்த யோசனையை மாமன்னர் பிந்துசாரரும் ஏற்றுக்கொண்டார்.

படை வீரர்கள் யாருமின்றி தனியாகவே அசோகர் தட்சசீலத்திற்கு அனுப்பி வைக்கப்பட்டார். தட்சசீலத்தை அவர்

அடைந்தபோது அங்குள்ள மக்கள் அவரை அன்போடு வரவேற்று உபசரிப்பு செய்தனர். தாங்கள் மன்னருக்கு எதிராகப் போராட வில்லை என்றும், கொடூரமாக நடந்து கொள்ளும் அமைச்சர் களுக்கு எதிராகவே போராடுவதாகவும் தெரிவித்தனர்.

பின்னர் மிக எளிதாக அங்குள்ள நிலைமையைச் சமாளித்து தலைநகருக்குத் திரும்பினார் அசோகர்.

பிந்துசாரருக்கு மொத்தம் 16 மனைவியர் என்றும், 101 குழந்தைகள் இருந்ததாகவும் மகாவம்சம் கூறுகிறது. அவர்களில் அசோகரும், கடைசி மகனான திஷ்யாவும் ஒரே தாயாருக்குப் பிறந்த மகன்கள் என்கிறது அசோகவதனா என்னும் நூல். இவர்களின் அன்னை சுபத்ராங்கி. இவர் ஒரு பிராமணப் பெண் என்றும் கூறப்படுகிறது.

எனினும் 101 புதல்வர்களிலும் பிந்துசாரருக்கு தமது மூத்த மகன் சுஷிம் மீதுதான் பாசம் அதிகமாக இருந்தது. தனக்குப் பிறகு அவரைத்தான் சக்ரவர்த்தியாக முடிசூடச் செய்ய வேண்டும் என்பதும் அவரின் ஆசை.

ஆனால் மகதப் பேரரசின் சக்ரவர்த்தியாக முடிசூடிக் கொள்ள வேண்டும் என்ற ஆசை அசோகருக்கும் இருந்தது. அதேநேரத்தில் மூத்த அமைச்சர்களும், அரசப் பிரதிநிதிகளில் பெரும்பாலானோரும் சுஷிம் மன்னராக நியமிக்கப்படுவதற்கு எதிராகவே இருந்தார்.

பிந்துசாரர் தனது உடல்நிலையைக் கருத்தில் கொண்டு ஒருநாள் அரசப் பிரதிநிதிகளை அழைத்து உரையாடினார். அப்போது சக்ரவர்த்தியாகத் தனக்குப் பிறகு சுஷிமை முடிசூட்டச் செய்வது குறித்து அவர்களின் கருத்துகளைக் கேட்டறிந்தார். ஆனால் பலரும் அதற்கு ஆதரவாக இல்லை என்பதை அறிந்து திடுக்கிட்டார்.

எனினும் அவரது மகன்களில் கிட்டத்தட்ட அனைவருமே சுஷிமுக்கு ஆதரவாக இருந்தனர். இது பிந்துசாரருக்கு மகிழ்ச்சியைக் கொடுத்தது. அரசப் பிரதிநிதிகள் ஏதோ ஒருவித சுயநலத்திற்காகவே சுஷிம் பேரரசராக வருவதற்கு எதிர்ப்பு தெரிவிப்பதாக அவர் நினைத்தார்.

ஆனால் தட்சசீலத்தில் தான்தோன்றித்தனமாகவும், மனசாட்சி இல்லாமலும் நடந்துகொண்டு மக்களைப் பெரிதும் துன்புறுத்தியதால்தான் சுஷிம் மன்னராக வருவதை எதிர்ப்பதாக

அவர்கள் எடுத்துக்கூறியும் அதை ஏற்க மறுத்துவிட்டார் பிந்துசாரர்.

இதனிடையே கல்லடக்கா மற்றும் ராதாகுப்தா ஆகிய இரு முக்கிய அரசு அதிகாரிகள் அசோகர் ஆட்சிக்கு வருவதற்கான அனைத்து உதவிகளையும் தாராளமாகச் செய்தனர்.

இதனையடுத்து சுஷிமுக்கும் அசோகருக்கும் இடையே சண்டை ஏற்பட்டது. கடைசி மகன் திஷ்யாவைத் தவிர மற்ற அனைவருமே சுஷிமுக்கு ஆதரவாகச் செயல்பட்டனர். ஆனால் அரசப் படையில் பலரும் அசோகருக்கு உதவியாக இருந்தனர்.

தமது மகன்கள் பதவிக்காக ஒருவரோடு ஒருவர் சண்டையிட்டுக் கொண்டிருந்ததைக் கண்டு மனம் வெறுப்புற்றார் பிந்துசாரர்.

வேதனையில் வாடிய அவரது மனம், இதற்கு மேலும் ஏன் உயிர் வாழ வேண்டும் என்று நினைக்க ஆரம்பித்தது. எனவே உயிர் துறக்க முடிவு செய்தார்.

உண்ணாநோன்பினைத் தொடங்கினார்.

தண்ணீர் கூட அருந்தாமல் தொடர்ந்து 12 நாட்கள் உண்ணாநோன்பிருந்தார்.

கி.மு. 273ஆம் ஆண்டு அவர் மரணமடைந்தார். அதாவது 47வது வயதில் உயிர் துறந்தார்.

கி.மு. 274ஆம் ஆண்டு என்றும், கி.மு. 272ஆம் ஆண்டு என்றும் அவரது மரணம் நிகழ்ந்த ஆண்டைப் பற்றி வேறுவேறு தகவல்கள் உள்ளன.

எனினும் பிந்துசாரரின் மரணம் இயற்கையானது என்றே வரலாற்றுக் குறிப்பு கூறுகிறது.

பிந்துசாரரை அசோகர்தான் கொன்றதாகவும் சிலர் கூறுகின்றனர்.

எப்படியோ கி.மு.. 297ஆம் ஆண்டு மௌரியப் பேரரசின் சக்ரவர்த்தியாக முடிசூட்டிக் கொண்ட பிந்துசாரர் கி.மு. 273ஆம் ஆண்டு வரை மன்னராகத் தொடர்ந்தார். கிட்டத்தட்ட 25 ஆண்டுகள் இவர் சக்ரவர்த்தியாக இருந்தார்.

8 அசோகர்

"உலக வரலாற்றில் ஆயிரமாயிரம் மன்னர்கள் தங்களைத் தாங்களே சிறந்தவர்களாகவும், போற்றுதலுக்கு உரியவர்களாகவும், மாட்சிமை பொருந்தியவர்களாகவும் கூறி பேரரசர் என்று அவர்களே அழைத்துக் கொண்டனர்.

அப்படிப்பட்டவர்கள் அனைவருமே ஒரு குறிப்பிட்ட காலம் வரை புகழ்பெற்றுத் திகழ்ந்தார்கள். பின்னர் புகழ் மங்கி அப்படியொரு மன்னர் வாழ்ந்தார் என்பதே தெரியாமல் மறைந்து போயினர்.

ஆனால் அவ்வாறின்றி ஒருவர் மட்டும் வரலாறு நிலைக்கும் வரை புகழ்பெற்றுத் திகழ்வார். அவர்

யாரெனில் மௌரியப் பேரரசை ஆண்ட அசோகச் சக்ரவர்த்தி மட்டுமே" என்கிறார் ஆங்கில இலக்கிய மேதை ஹெச்.ஜி. வெல்ஸ்.

அசோகரது தந்தையும், சந்திரகுப்த மௌரியரின் மகனுமான பிந்துசாரர் ஆட்சியில் இருந்தபோது அவந்தி நாட்டின் ஆளுநராக நியமிக்கப்பட்டார். அதன் தலைநகர் உஜ்ஜயினில் இருந்து நிர்வாகம் செய்துவந்தார்.

தற்காலத்தில் மால்வா, மேற்கு நிமோர் மாவட்டம் மற்றும் கிழக்கு நிமோர் மாவட்டப் பகுதிகள் அடங்கியதே அன்று அவந்தி என்னும் நாடாக இருந்தது.

அவந்தி நாட்டைப் பற்றி மகாபாரதத்திலும் குறிப்பிடப் பட்டுள்ளது.

அவந்தி நாட்டின் குறுக்காக பேட்வா என்னும் நதி பாய்ந்து அதனை வடக்கு அவந்தி என்றும், தெற்கு அவந்தி என்றும் இரண்டாகப் பிரித்துள்ளது.

தெற்கு அவந்தி பகுதிக்குத் தலைநகரமாக மகிழ்மதி இருந்தது. வடக்கு அவந்திக்கு உஜ்ஜயினி தலைநகரம்.

மகாவீர் மற்றும் புத்தபிரான் காலத்தில் பிரிக்கப்படாத அவந்தியாக இருந்தது. அப்போது அதற்குத் தலைநகரம் உஜ்ஜயினி.

பின்னர் தட்சசீலத்தின் ஆளுநராகவும் நியமிக்கப்பட்டு அனைவரும் போற்றும்விதமாக ஆட்சி செய்தார் அசோகர்.

அப்போது மகாதேவி என்ற பெண்ணை மணம்செய்து கொண்ட அசோகருக்கு மகேந்திரர் மற்றும் சங்கமித்திரை என்று இரு குழந்தைகளும் பிறந்தனர்.

கி.மு. 273ஆம் ஆண்டு பிந்துசாரரின் மரணத்திற்குப் பிறகு மகத நாட்டின் பேரரசராக முடிசூடிக் கொள்ள ஆசைப்பட்டார். அவரது மூத்த சகோதரர் சுஷிமும் முடிசூட ஆசைப்பட்ட காரணத்தால் சகோதரர்களுக்குள் மிகப் பெரிய சண்டை ஏற்பட்டது.

இச்சண்டை ஏறத்தாழ நான்கு ஆண்டுகள் நீடித்ததாகக் கூறப்படுகிறது.

இந்தச் சகோதர யுத்தத்தில் பிந்துசாரரின் குழந்தைகள் அசோகர் உட்பட மொத்தம் 101 பேரில் 99 பேரையும் அசோகர் கொன்று குவித்ததாக வரலாற்றுத் தகவல் கூறுகிறது. கடைசி

சகோதரர் திஷ்யாவை மட்டும் கொல்லாமல் உயிருடன் விட்டு வைத்ததாகவும் தெரிகிறது.

ஆனால் இதற்கான வரலாற்றுச் சான்றுகள் எதுவும் இல்லை என்பதே உண்மை. ஆனால் இந்த நிகழ்வு நடந்ததாகவே இன்றளவும் நம்பப்பட்டு வருகிறது.

கி.மு. 269ஆம் ஆண்டு சண்டை முடிவடைந்ததும் மௌரியப் பேரரசின் சக்ரவர்த்தியாக அசோகர் முடிசூட்டப்பட்டார். அவர் மன்னராகப் பொறுப்பேற்றதும் பிற மன்னர்களைப் போலவே தமது ராஜ்யத்தை விரிவாக்க வேண்டும் என்பதில் ஆர்வமாக இருந்தார்.

அவரது தாத்தா சந்திரகுப்த மௌரியரும், தந்தையார் பிந்து சாரரும் எவ்வளவோ முயற்சிகள் மேற்கொண்டும் வெற்றி பெறாத ஒரே நாடாக இருந்தது கலிங்க நாடு. தற்போதைய ஒடிசா மாநிலம் தான் அப்போது கலிங்க நாடாக இருந்தது.

சந்திரகுப்தரும், பிந்துசாரரும் கலிங்கத்தின் மீது படையெடுத்து வெற்றி பெற்றுள்ளனர். ஆனாலும் சில கால இடைவெளிக்குப் பிறகு கலிங்கம் தனித்தே இயங்க ஆரம்பித்து விட்டது. அதன்பிறகு கலிங்கத்தை அடக்கி வைக்க அவர்களால் முடியவில்லை.

இந்த நிலையை மாற்ற வேண்டும் என்று உறுதிபூண்டார் அசோகர். கலிங்கத்தை அடக்கி வைக்க வேண்டும் என்பதில் உறுதியாக இருந்தார்.

கலிங்கத்தின் மீது படையெடுத்து அதனை மகத நாட்டோடு சேர்த்துக் கொள்ள வேண்டும் என்பதில் உறுதியாக இருந்தார் அசோகர்.

கலிங்க தேசத்தை ஆட்சி செய்தவர்கள் கரவேளர்கள் என்னும் அரச வம்சத்தைச் சேர்ந்தவர்கள். அவ்வாறு அரசாண்ட மன்னர்களின் விவரம் எதுவும் எந்த வரலாற்று நூலிலும் குறிப்பிடப்படவில்லை.

பதவியேற்று ஒன்பது ஆண்டுகள் கழிந்த பின்னர் அண்டை நாடான கலிங்கத்தின் மீது படையெடுத்தார் அசோகர்.

அது அசோகரின் முதல் போர். அவரது தலையெழுத்தையும் மாற்றிய போர் அதுவே. இந்தியாவின் தலைவிதியையுமே அது மாற்றியமைத்தது என்பதே உண்மை.

கலிங்கத்துப் போரில் ஒன்றரை லட்சம் வீரர்கள் கைதிகளாக சிறைப்பிடிக்கப்பட்டனர். ஒரு லட்சம் பேர் கொல்லப்பட்டனர்.

அவ்வளவு பெரிய போராக இருந்தது.

இந்த உண்மைத் தகவல் அசோகரின் கல்வெட்டுகளில் குறிப்பிடப்பட்டுள்ளது.

இந்தப் போரில் அசோகச் சக்ரவர்த்தி மாபெரும் வெற்றியைப் பெற்றார்.

அவரது தாத்தாவால், தந்தையால் பெற முடியாதுபோன வெற்றியைப் பெற்றார். உலகின் முன் மாவீரராகக் காட்சியளித்தார்.

மகத நாடு மகத்தான வெற்றியைப் பெற்றும், மௌரியப் பேரரசு அமர்க்களமான வெற்றியைப் பெற்றும் அசோகரால் அந்த வெற்றியைக் கொண்டாட முடியவில்லை.

போர்க்களத்திற்குச் சென்று பார்த்தபோது அங்கே கை, கால்கள், தலைகள் என்று மனித உடல் உறுப்புகள் தனித்தனியாக இரத்த சகதியில் கிடந்ததைப் பார்த்து துன்பத்தின் உச்சத்திற்கே போய்விட்டார் அசோகர்.

இத்தனை பேர்களின் உயிரைப் பலிவாங்கி சாதித்தது என்ன என்று யோசித்தார்.

வெறும் மண்ணாசைக்காக விலைமதிப்பற்ற மனித உயிர்களைக் காவு வாங்குவது பாவத்தை சம்பாதிப்பதே என்னும் உண்மையை உணரலானார்.

நெஞ்சு கனத்தது.

கண்கள் கண்ணீர் சொரிந்தது.

மனம் ஊமையாக அழுதது.

இனி போரே வேண்டாம் என்று அந்த ஈரமனம் முடிவெடுத்தது.

துணிச்சலான முடிவானாலும் அதைத் தன் வாழ்நாள் முழுவதும் கடைப்பிடிக்கப் போவதாக உறுதியெடுத்தார் அசோகர்.

விலங்குகளை வேட்டையாடுவதும், மாமிசத்தை உண்டு மகிழ்ந்திருப்பதும் அவரது அன்றாடச் செயலாக அதுவரை இருந்து வந்தது.

இப்போது மனம் மாறினார்.

பிற உயிர்களைக் கொன்று உண்பது தீஞ்செயல் என்ற ஞானம் அவருக்குத் தோன்றிற்று.

உபகுப்தர் என்பவரின் தூண்டுதலின் பேரில் புத்த சமயத்தைத் தழுவினார் அசோகச் சக்ரவர்த்தி.

■■■■■■■■

அசோகச் சக்ரவர்த்தி

அசோகருக்கு உபகுப்தர் உபதேசம்

■■■■■■■■

ஆனால் அவரின் மனைவியும் அரசியாருமான தேவி புத்த சமயத்தைச் சேர்ந்தவர். எனவே திருமணம் செய்ததுமே அசோகரும் புத்த சமயத்தைத் தழுவியதாகவும் கூறப்படுகிறது. எனினும் அவர் அந்தச் சமயத்தின் மீது அதிக ஈடுபாடு இல்லாமலேயே இருந்துவந்தார். கலிங்கத்துப் போருக்குப் பிறகே உபகுப்தரின் உபதேசங்களைக் கேட்டு புத்த மதத்தின் மீது அதிக பிடிப்பு கொண்டார்.

சில ஆண்டுகளில் அவர் புத்த பிக்குவாகவே மாறிவிட்டார். எனினும் அரச பதவியில் தொடர்ந்து கொண்டுதான் இருந்தார்.

அவரது சாம்ராஜ்யம் மேற்கே குஷ் மலைப் பகுதியில் இருந்து கிழக்கே பிரம்மபுத்திரா நதி வரை பரவிக் கிடந்ததாக அசோகரின் கல்வெட்டுகளில் காணப்படுகிறது.

அதேபோல வடக்கே இமயமலை அடிவாரத்தில் இருந்து தெற்கே தமிழகம் வரை அவரது ஆட்சியின் பரப்பு நீண்டு

கிடந்தது. பிற்காலத்தில் ஆட்சிபுரிந்த அக்பர், ஔரங்கசீப் போன்றவர்கள்கூட இவ்வளவு பெரிய நிலப்பரப்பை ஆண்டதில்லை.

பிற நாடுகளின் மீது படையெடுப்பதை நிறுத்திக் கொண்ட அசோகர், புத்த பிக்குவானாலும் தொடர்ந்து ஆட்சிபுரிந்து கொண்டுதான் இருந்தார். தமது ஆட்சிக்காலத்தில் நாட்டை வளப்படுத்துவதில் தனது முழு கவனத்தையும் செலுத்திவந்தார்.

மகத நாட்டின் விரிந்து பரந்த நிலப்பரப்பை ஐந்து மாநிலங்களாகப் பிரித்தார். அதாவது தட்சசீலம், உஜ்ஜயினி, சுவர்ணகிரி, தோஷாலி, பாடலிபுத்திரம் ஆகியவை அந்த மாநிலங்களின் தலைநகரங்களாக அறிவிக்கப்பட்டது.

கலிங்கத்துப் போருக்கு முன்பாக அசோகரின் நிர்வாகம் மிகக் கடுமையாக இருந்தது. ஒரு கொடுங்கோல் ஆட்சியைத்தான் அவர் நடத்திவந்தார்.

தனது அரண்மனையில் ஒரு சித்ரவதைக் கூடத்தையே அமைத்திருந்தார். குற்றம் செய்பவர்கள் அங்கு அழைத்து வரப்படுவர். அவர்களுக்குக் கடுமையான தண்டனைகள் வழங்கப் படும். அத்தகைய தண்டனைகள் நாம் நினைத்துப் பார்க்க முடியாத அளவிற்கு மிகக் கடுமையாக இருந்தன.

அசோகர் மாவீரராக இருந்தபோதிலும் பார்ப்பதற்கு அழகற்றவராகவே இருந்தார். கறுப்பு நிறமாகவும், அவலட்சண மான முக அமைப்பும், குள்ளமான உருவமுமாகவே அவர் காட்சியளித்தார். இதைப் பார்த்து அந்தப்புரத்தில் இருந்த பெண்கள் கிண்டலடித்தனர். அவ்வாறு கிண்டல் செய்தவர் களுக்குத் தண்டனை வழங்கினார் அசோகர்.

என்ன தண்டனை தெரியுமா?

கழுவில் ஏற்றிக் கொல்வதுதான் தண்டனை!

அவ்வாறு எவ்வளவு அந்தப்புரப் பெண்கள் கொல்லப் பட்டனர் தெரியுமா?

ஆயிரம் பேர்!

நீதிமன்றங்கள் நினைத்துக்கூடப் பார்க்க முடியாத அளவிலான தண்டனைகளைக் குற்றவாளிகளுக்கு வழங்கியது. இந்த நிலையை மாற்றி தண்டனைகளின் கடுமையை வெகுவாகக் குறைத்தார்.

அனைவருக்கும் சமநீதி நிலைநாட்டப்பட்டது.

நாடு முழுவதும் தர்ம மகாமாத்திரர்கள் என்ற அதிகாரி களை நியமித்தார். அறக்கோட்பாடுகளை நாடு முழுவதும் பரப்புவதே அவர்களின் பணியாக இருந்தது.

போக்குவரத்து எளிதாக நடப்பதற்காக நாடு முழுவதும் சாலைகள் அமைக்கப்பட்டன. சாலையோரம் நிழல்தரும் மரங்கள் நடப்பட்டு பயணிகள் களைப்பு நீங்க இளைப்பாற வசதி செய்யப்பட்டது.

ஏழைகளுக்காக ஆங்காங்கே சத்திரங்கள் கட்டப்பட்டு அங்கு அன்னதானம் வழங்கப்பட்டது. மக்களுக்கு மருத்துவமனை கள் அமைத்துக் கொடுத்தார். மனிதர்களுக்கு மட்டுமல்லாமல் விலங்குகளுக்கும் கால்நடை மருத்துவ சாலைகள் அமைக்கப் பட்டன.

கட்டடக்கலையில் மிகுந்த ஆர்வம் உடையவராகத் திகழ்ந்தார். பாடலிபுத்திரத்தை அழகின் பதுமையாக, எழில் கொஞ்சும் நகரமாக மாற்றினார்.

84 ஆயிரம் ஸ்தூபிகளை நாடு முழுவதும் நிர்மாணித்தார். அசோகரின் போதனைகள் பொறிக்கப்பட்ட தூண்கள் இவை.

மலையைக் குடைந்து கோயில்களைக் கட்டினார். ஒற்றைக் கால் தூண்கள் ஏற்படுத்தினார்.

புத்த மதக் கொள்கையைப் பின்பற்றினாலும் பிற மதங்களை அவர் புறக்கணிக்காமல் அவற்றுக்கும் அனைத்து சுதந்திரங்களை யும் வழங்கினார்.

புத்த மதம் நாடு முழுவதும் பரவியது. இந்தியாவில் மட்டு மல்லாமல் இலங்கை, மியான்மர், தாய்லாந்து, சீனா போன்ற பல நாடுகளிலும் பரவச் செய்தார்.

இலங்கைக்கு அவரின் மகள் சங்கமித்திரை மற்றும் மகன் மகேந்திரனை புத்தபிரான் ஞானம் பெற்ற அரச மரத்தின் ஒரு கிளையுடன் புத்த மதத்தைப் பரப்புவதற்காக அனுப்பி வைத்தார்.

புலால் உண்பதை சட்டப்படித் தடை செய்தார்.

மண்ணாசையை ஒழித்துக் கட்டி போர் என்பதே இல்லாது செய்த காரணத்தால் நாட்டில் முழுமையான அமைதி நிலவியது.

சாரநாத் என்னும் இடத்தில் கல்தூண் ஒன்றை நிறுவினார்

புத்தர் முதன்முதலாக ஐந்து துறவிகளுக்கு இந்த இடத்தில்தான் தர்மத்தைப் போதித்தார். அதைச் சிறப்பிக்கும் வகையிலேயே இந்தத் தூண் நிறுவப்பட்டது.

அதன் உச்சியில் நான்கு சிங்க உருவங்கள் ஒன்றன் முதுகில் மற்றொன்று ஒட்டி நிற்பதுபோல் செதுக்கப்பட்டுள்ளது. அந்தச் சின்னம்தான் இந்தியாவின் அரசு முதத்திரையாக இப்போதும் பயன்படுத்தப்பட்டு வருகிறது. நாணயங்களிலும், ரூபாய் நோட்டுக்களிலும் இதுவே பொறிக்கப்படுகிறது.

அதேபோல அந்தத் தூணின் சட்டத்தில் காணப்படும் 24 ஆரக்கால்கள் கொண்ட அசோகச் சக்கரமே, நமது தேசியக் கொடியின் மத்தியில் இடம்பெற்றுள்ளது.

புத்தரால் போதிக்கப்பட்டு அசோகரால் பரப்பப்பட்டது ஹீனயானம் ஆகும். அசோகர் கி.மு. 241ஆம் ஆண்டு புத்தர் பிறந்த இடமான கபிலவஸ்துவிற்கும் அதன் அருகில் உள்ள லும்பினி வனத்திற்கும் பயணம் மேற்கொண்டார்.

மேலும் புத்த சமயத்தின் புனித இடங்களாகக் கருதப்படும் சாரநாத், சிராவஸ்தி, வைசாலி, ஜேடவனம், குஷிநகர் ஆகிய இடங்களுக்கும் பயணம் மேற்கொண்டார்.

பாடலிபுத்திரத்தில் கி.மு. 240ஆம் ஆண்டு மொகாலிபுத்த தீசர் என்பவர் தலைமையில் மூன்றாம் பௌத்த சங்கத்தைக் கூட்டி மாநாடு ஒன்றை நடத்தினார். இம்மாநாட்டில் திரிபீடகங்கள் இறுதி வடிவம் பெற்றன.

முப்பத்தாறு ஆண்டுகள் ஆட்சி புரிந்த அசோகர், கி.மு. 232ஆம் ஆண்டு தமது 72வது வயதில் காலமானார்.

அசோகரின் மறைவுக்குப்பிறகு மௌரியப் பேரரசு இரண்டாகப் பிளவுற்றது. மேற்குப் பகுதியை அசோகரின் மகன் குணாளன் ஆட்சி புரிந்தார். கிழக்குப் பகுதியை அசோகரின் பேரன்களில் ஒருவரான தசரத மௌரியர் ஆட்சி புரிந்தார்.

அசோகர் மறைந்த ஐம்பது வருடங்களிலேய மௌரியப் பேரரசு வீழ்ந்தது.

அசோகரின் வாழ்க்கை மற்றும் போதனைகள் பற்றி அவருடைய காலத்துக்குப் பிறகு பல்வேறு மொழிகளில் நூல்களாக எழுதப்பட்டுள்ளன. நேபாள மொழியில் எழுதப்பட்டுள்ள அசோகவதானா, திவ்யவதானா, சீன மொழியில் எழுதப்பட்டுள்ள

அசோகரின் வாழ்க்கைச்சுற்று, சம்யுக்த ஆகமம், சமஸ்கிருத சூத்ராலாம்காரா, கல்பனாமண்டிதிகா போன்ற பல்வேறு காலத்திய நூல்களும் ஒரேவிதமாக அசோகரின் இறுதிக் காலத்தை விவரிக்கின்றன. ஆயினும் வரலாற்றாசிரியர்கள் சிலர் மட்டும் இவற்றை எல்லாம் ஏற்க மறுக்கின்றனர்.

'ஒரு காலத்தில் என் வார்த்தைகளே சட்டங்களாயின. இன்றோ காதுகொடுத்து கேட்போரே இல்லை. என் சட்டங்கள் உயிரற்று வெறும் எழுத்துகளாகிவிட்டன' என்று வருத்தத்தோடு அசோகர் கூறியதாக அசோகவதானா நூல் கூறுகிறது.

அசோகர் புத்த மதத்தில் இணைந்ததால் அந்த மதத்திற்கே அதிகளவில் செலவிடுவதாக ஆசீவகர்கள் நினைக்க ஆரம்பித்தனர். ஒரு கட்டத்தில் அசோகரின் மீது அவர்கள் கோபப்படவும் தொடங்கினர்.

எனவே நாட்டில் மதக்கலவரங்கள் தலைதூக்கின. புத்தரின் சிலைகளை உடைப்பதன் மூலம் மன்னரின் மீதான கோபத்துக்கு வடிகால் தேடி அலைந்தனர் ஆசீவகர்கள்.

புத்தரின் சிலை சேதப்படுத்தப்பட்டதால் மன்னருக்குக் கோபம் வந்தது. அகிம்சையின் மீது மிகுந்த பற்றுடையவராக மாறியிருந்த போதிலும் இந்தச் சமயத்தில் ஆத்திரமடைந்து ஆசீவகர்கள் அனைவரையும் வெட்டி வீழ்த்துமாறு ஆணையிட்டார்.

இதனிடையே பாடலிபுத்திரத்தில் சமணர்களும் வன்முறையில் ஈடுபட்டனர். அவர்கள் மீதும் தாக்குதல் நடத்தினாலும் அதனால் எந்தப் பயனும் இருக்கப் போவதில்லை என்பதைப் புரிந்துகொண்டார்.

அதற்காக மாற்று வழி ஒன்றைக் கண்டுபிடித்தார். சமண சமயத்தைச் சார்ந்தவர்களுக்கு மட்டும் வரி விதித்தார்.

தொடர்ந்து உள்நாட்டுக் கலவரங்கள் அதிகமாகின. பல மாநிலங்கள் மகதப் பேரரசில் இருந்து விலகி சுதந்திரம் அடைவதற்கு முயற்சிகளை மேற்கொண்டன.

புத்தமத எதிர்ப்புகள் பல்வேறு மத அமைப்புகள் மூலம் பலமாகப் பரப்பப்பட்டுக் கொண்டே சென்றன. குறிப்பாக, அன்றைய சமூகத்தில் பலம்பெற்றிருந்த பிராமணர்கள் மன்னரின் மீது வெறுப்பை உமிழ்ந்தன.

இரண்டாம் பட்டத்து ராணியான திஷ்யரக்ஷாவை பிராமணர்களின் ஆதரவாளராகவும், புத்தமத எதிரியாகவும் சில நூல்கள் சித்திரிக்கின்றன.

அசோகச் சக்ரவர்த்தி அரியணையில் இருக்கும்போதே வழக்கத்துக்கு மாறாகத் தனது பெயரிலேயே கல்வெட்டு வெளியிட்டார் ராணி திஷ்யரக்ஷா. இந்தக் கல்வெட்டுகளில் அரசரைப் பற்றிய எந்தவிதக் குறிப்பும் எழுதப்படவில்லை.

இவ்வாறு ராணியின் சதியாலும் சூழ்ச்சியாலும் அசோகரின் மகனும் பட்டத்து இளவரசருமான குணாளன் கண்கள் குருடாகப்பட்டார். இதைத் தொடர்ந்து, அசோகரின் பேரன் சம்ப்ரதி இளவரசன் ஆனார். சம்ப்ரதி சமண மதத்துக்கு மாறிய தன் மூலமாக புத்த மதத்தின் எதிரியானார் என்பது குறிப்பிடத் தக்கது.

இதனிடையே அசோகச் சக்ரவர்த்தியின் அந்தப்புரத்திலும் எதிர்ப்புத் தீ கொளுந்துவிட்டு எரிய ஆரம்பித்தது.

அசோகரின் பேரன் சம்ப்ரதி வாரிசாக நியமிக்கப்பட்டதும் அமைச்சர்கள் அவரிடம் நாட்டின் நிலவரம் என்னவென்பதை விரிவாக எடுத்துரைத்தனர்.

சாரநாத் தூண்கள்

அசோகச் சக்ரவர்த்தி

"புத்த பிக்குகளுக்கும் மடங்களுக்கும் செல்வத்தை அசோகர் வாரி வழங்குவதால் கருவூலமே காலியாகும் நிலை ஏற்பட்டுள்ளது. எதிர்காலத்தில் பஞ்சமும் பற்றாக்குறையும் தலைவிரித்தாடும்" என்று நாட்டு நிலவரத்தைச் சுட்டிக்காட்டினர்.

சம்ப்ரதியும் விரிவாக அலசி ஆராய்ந்து பார்த்தார். அனைவரும் கூறுவதில் உண்மை இருந்ததை அறிந்துகொண்டார். நிதி உட்பட அனைத்து அதிகாரங்களையும் மெல்ல மெல்ல பேரரசர் அசோகரிடம் இருந்து முடக்க ஆரம்பித்தார்.

ஒருகட்டத்தில் மன்னர் எந்தவிதமான ஆதரவும் இல்லாத

வராக மாறினார். அவரிடும் எந்த ஆணையையும் ஏற்று செயல் படுத்த அங்கு யாருமே இல்லை என்ற நிலை ஏற்பட்டது.

அசோகச் சக்ரவர்த்தி உயிரோடு இருந்தவரை மௌரியப் பேரரசு பலம் பொருந்தியதாக இருந்தது. அவரது மறைவிற்குப் பிறகு நாடு பல துண்டுகளாகச் சிதறியது.

அசோகருக்குப் பிறகு சுமார் ஐம்பது ஆண்டுகள் மட்டுமே மௌரியர்களின் ஆட்சி நீடித்தது. அதன்பிறகு புஷ்யமித்ரா என்னும் பிராமணரினால் ஆட்சி முடிவுக்கு வந்தது. சுங்கவம்சம் அதிகாரத்தைக் கைப்பற்றியது.

மகன் குணாளன்

அசோகச் சக்ரவர்த்திக்கு நான்கு மனைவியர் உண்டு. முதல் மனைவி வேதிசா மகாதேவி சாக்யகுமாரி என்னும் தேவி. இவரது குழந்தைகள் மகிந்திரா மற்றும் சங்கமித்ரா. இவர்கள் இருவரும் தான் பிற்காலத்தில் புத்த மதத்தைப் பரப்புவதற்காக அசோகரால் இலங்கைக்கு அனுப்பப்பட்டவர்கள். மகிந்திரா அசோகரின் முதலாவது மகன்.

இரண்டாவது மனைவி கவுர்வகி. இவரது மகன் திவாலா. திவாரா என்றும் இவர் அழைக்கப்பட்டார். அசோகரின் இரண்டாவது மகன் இவர்.

அசோகச் சக்ரவர்த்தியின் மூன்றாவது மனைவி பத்மாவதி. இவரது மகன் குணாளன். அசோகரின் மூன்றாவது மகன் ஆவார் இவர்.

நான்காவது மனைவி திஷ்யரக்ஷா. இவர் அசோகரின் பட்டத்து ராணியான தேவியின் விருப்பமான பணிப்பெண் என்று கூறப்படுகிறது. தேவியை ஆசந்திமித்ரா என்றும் அழைத்தனர்.

தேவி இறந்த பிறகு நடனக் கலையைக் கற்று ஒரு சிறந்த நடனக் கலைஞராக மாறினார் திஷ்யரக்ஷா.

இவரது நடனத்தைப் பார்த்து மனம் கலவரப்பட்ட அசோகர், அவர் மீது மிகவும் அன்பு கொண்டார். பின்னர் அது காதலாக மாறி அவரைத் தனது மனைவியாகவும் மாற்றிக் கொண்டார். பிற்காலத்தில் அசோகரின் உடல்நிலையைக் கவனமாகக் கவனித்துக் கொண்டவர் திஷ்யரக்ஷா என்று கூறப்படுகிறது.

ஆக, மகிந்திரா, திவாலா, குணாளன் ஆகிய மகன்கள் மட்டுமல்லாமல் அசோகருக்கு ஜலுகா என்றொரு மகனும் உண்டு என்று தெரிகிறது.

இவரது அன்னை யாரென்று தெரியவில்லை என்றாலும் இவர் காஷ்மீரத்தை ஆட்சி செய்து வந்ததாகக் கூறப்படுகிறது. புத்த மதத்தைச் சேர்ந்த இவர் பின்னர் சிவ பக்தராக மாறி சைவ சமயத்தைப் பரப்பினார்.

மகிந்திராவும் அவரது சகோதரி சங்கமித்ராவும் புத்த மதக் கொள்கைகளைப் பரப்புவதற்காக இலங்கைக்கு அனுப்பப் பட்டதை அடுத்து அவரது இரண்டாவது மகன் திவாலாவைத் தனக்குப் பிறகு மகதப் பேரரசின் மன்னராக்கிடத் தீர்மானித்தார் அசோகர்.

அவர் இரண்டாவது மனைவி கவுர்வகியின் மகன். தட்சசீலத்தின் ஆளுநராக இருந்தார்.

ஆனால் அதுவும் நடக்காமல் போயிற்று. திடீரென்று அகால மரணமடைந்தார் திவாலா.

பதறிப்போனார் அசோகர்.

மனதைத் தேற்றிக் கொண்டவர் திவாலாவிற்குப் பதிலாக அவரது மகன் தசரதாவை அரியணையில் அமரச் செய்யலாம் என்றால் அவர் மிகவும் சிறியவராக இருந்தார்.

எனவே மூன்றாவது மகன் குணாளனைத்தான் மௌரியப் பேரரசின் சக்ரவர்த்தியாக அமர்த்த வேண்டும் என்று நினைத்தார் அசோகர்.

குணாளன் மூன்றாவது மனைவி பத்மாவதியின் மகன். குணாளன் பிறந்த சில நாட்களிலேயே பத்மாவதி இறந்து விட்டார். எனவே அசோகரின் முதல் மனைவி தேவிதான் குணாளனை வளர்த்துவந்தார்.

பின்னர் தேவியும் இறந்துவிட்டார். அதன்பிறகு தேவியின் பணிப்பெண்ணாக இருந்த திவ்யரக்ஷாவை அசோகர் மணந்து கொண்டதால் திவ்யரக்ஷாவினால் குணாளன் பராமரிக்கப்பட்டு வந்தார்.

அசோகருக்கும் திவ்யரக்ஷாவிற்கும் வயது வித்தியாசம் மிக அதிகம். மாமன்னர் என்பதால் பட்டத்து ராணியாக இருந்து அதிகாரம் செலுத்த முடியும் என்பதாலும், செல்வச் செழிப்போடு

வாழ முடியும் என்பதாலும்தான் வயதானவராக இருந்தபோதிலும் அசோகரைத் திருமணம் செய்தார்.

இளமையின் வேகம் திவ்யரக்ஷாவை சும்மா இருக்கவிடவில்லை.

அவள் கண்களும், மனமும் அலைபாய்ந்தன.

அப்போது குணாளன் கட்டுமஸ்தான இளைஞராக இருந்தார். அசோகருக்கு நேரெதிராகப் பேரழகுடன் விளங்கினார். அவரது தங்கத்தைப் போன்ற மேனியும், அவரது காந்தம் போன்று கவர்ந்திழுக்கும் கண்களும் திவ்யரக்ஷாவின் மனதில் காமத்தீயை வளர்த்தது.

அதிலும் குறிப்பாக குணாளனின் அழகிய கண்களின் காந்தக் கவர்ச்சியில் அவள் தன்னை இழந்தாள். மகன் முறையாக இருப்பதையும் அவள் மறந்தாள்.

குணாளன் மீது காதல் வயப்பட்டாள்.

குணாளன் ஏற்கெனவே காஞ்சனமாலா என்ற பெண்ணைத் திருமணம் செய்திருந்தார். அவர்களுக்கு சம்ப்ரதி என்ற ஆண் குழந்தையும் உண்டு.

இந்நிலையில் ஒருநாள் குணாளனிடம் தனது காதலை வெளிப்படுத்தினாள் திவ்யரக்ஷா. ஆனால் அவளது காதலை ஏற்றுக்கொள்ள மறுத்துவிட்டார் குணாளன். தனது தந்தையின் மனைவியானவள் தாய்க்குச் சமம் என்பதால் நிச்சயமாக அதற்கு இணங்க முடியாது என்று தெளிவாகவே கூறிவிட்டார்.

ஆனால் தனது காதலை ஏற்றுக்கொள்ள மறுத்த குணாளன் மீது கோபமும் ஆத்திரமும் அடைந்தாள் திவ்யரக்ஷா.

மனதளவில் ஆறாக் காயம் அடைந்தாள்.

குணாளனைப் பழிவாங்கத் துடித்தது அந்தக் காமப்பிசாசு. அதுவும் யாருக்கும் எந்தவிதமான சந்தேகமும் வராதபடிப் பழி வாங்க வேண்டும் என்று சதித்திட்டம் தீட்டினாள்.

தன்னைக் கவர்ந்திழுந்த அந்த அழகிய கண்களைக் குருடாக்க வேண்டும் என்பதுதான் அவரது திட்டமாக இருந்தது.

குணாளனின் கண்களை எவ்வாறு திவ்யரக்ஷா குருடாக்கினாள் என்பது குறித்து வெவ்வேறு விதமாகக் கதைகள் உலா வருகின்றன. அவற்றைப் பார்க்கலாம்.

இச்சம்பவம் நடந்து கொண்டிருந்தபோது தட்சசீலத்தில் மிகப் பெரிய பிரச்சனை உருவாகி மக்கள் கலகத்தில் ஈடுபட ஆரம்பித்திருந்தனர்.

அதனை அடக்கி அங்கே அமைதியை நிலைநாட்ட வேண்டும் என்று கருதி குணாளனை அனுப்பிவைத்தார் அசோகச் சக்ரவர்த்தி.

அப்போது குணாளனிடம் ஒரு மிகமுக்கியமான ரகசியம் ஒன்றைக் கூறினார் அசோகர்.

"உனக்கு ஏதாவது தகவல் அனுப்ப வேண்டும் என்று நான் நினைத்தால் சீல் வைத்து மூடப்பட்ட ஓலையில் கடிதம் எழுதி அனுப்புவேன். அந்த சீலில் எனது பல் தடம் பதிந்திருக்கும். அப்படி வரும் எனது கடிதம் தான் உண்மையானது. அதில் கண்ட தகவல்படி நீ நடந்துகொள்ள வேண்டும்" என்றார்.

குணாளனும் அதை ஏற்றுக்கொண்டு பாடலிபுத்திரத்தில் இருந்து தட்சசீலம் நோக்கிப் புறப்பட்டார்.

சில நாட்களுக்குப் பிறகு குணாளனுக்குக் கடிதம் ஒன்றை எழுதினார் அசோகர். அப்போது அங்கே திஷ்யரக்ஷா இருந்தார். அசோகர் எழுதிய கடிதத்தில், தட்சசீலத்தில் இருந்து விலை மதிப்பற்ற இரண்டு தங்க நகைகளை உடனடியாக அனுப்புமாறு கேட்டிருந்தார்.

அந்தக் கடிதத்தில் புத்திசாலித்தனமான அறிவைப் பயன்படுத்தி 'அதீயு' என்பதை 'அந்தீயு' என்று மாற்றினார் திஷ்யரக்ஷா.

ஒரு புள்ளி மட்டும் வைத்ததாலே 'ஆபரணம்' என்பது 'பார்வையற்ற' என்ற பொருளாகிவிட்டது.

கடிதத்தில் நிகழ்ந்த அந்தத் தவறைப் பார்க்காமல் சீல் வைத்து தட்சசீலத்திற்கு அனுப்பிவிட்டார் அசோகர்.

அந்தக் கடிதத்தைப் படித்த தட்சசீலத்தின் அமைச்சர்கள் அதிர்ச்சியடைந்தனர். ஏதோ தவறு நிகழ்ந்துள்ளதாகக் கூறினர்.

ஆனால் குணாளனோ சக்ரவர்த்தியின் கட்டளையை மீறி நடப்பது ஆளுநருக்கு அழகு கிடையாது என்றும், அவரது ஆணைப்படித் தனது கண்களைக் குருடாக்குமாறும் அமைச்சர் களுக்குக் கட்டளையிட்டார்.

எனவே வேறு வழியின்றி பழுக்கக் காய்ச்சிய இரும்புக் கம்பியால் அவரது கண்கள் குருடாக்கப்பட்டு அங்கிருந்து துரத்தி அனுப்பப்பட்டார்.

ஆனால் குணாளன் மீது காதல் வயப்பட்டு திஷ்யரக்ஷா இவ்வாறு நடந்து கொள்ளவில்லை என்றும், தனது மகனைப் பட்டத்து மன்னராக்குவதற்காகவே திட்டமிட்டு குணாளனின் கண்களைக் குருடாக்கியதாகவும் சொல்லப்படுகிறது.

எப்படியோ குத்தப்பட்ட தனது இரு விழிகளையும் நன்றாகக் கட்டி, தங்களின் ஆணைப்படி கண்களைக் குருடாக்கி விட்டு அதைத் தங்களுக்கு பார்சலாகவும் அனுப்பி விட்டதாகக் கடிதம் எழுதி அசோகருக்கு அனுப்பி வைத்தார் குணாளன்.

அந்த பார்சலைப் பார்த்துவிட்டுப் பதறிப்போனார் அசோகர். ஓர் எழுத்துப் பிழையால் எவ்வளவு மோசமான பாதிப்பு நேர்ந்து விட்டது என்று துடித்து அழுதார். அந்தக் கடிதத்தை சீல் வைப்பதற்கு முன்பு மீண்டுமொருமுறை நன்றாகப் படித்துப் பார்க்காத தவறை நினைத்து வேதனையால் விம்மினார்.

சாஞ்சியின் ஸ்தூபத்தில் மனைவியருடன் அசோகர்

இந்திய அரசு முத்திரை

ஆனாலும் அப்போது அது திவ்யரக்ஷாவின் சதியால் நிகழ்ந்தது என்பது அவருக்குத் தெரியவில்லை.

இதைப் பற்றி வேறொரு கதையும் உண்டு.

குணாளனின் மீது ஆத்திரமடைந்த திவ்யரக்ஷா அவரைப் பழிவாங்க தக்க நேரத்திற்காகக் காத்திருந்தாள். அப்படியொரு சந்தர்ப்பம் அவளுக்கு வாய்த்தது.

தனிமையில் இருந்த குணாளனின் கண்களில் தயாராக வைத்திருந்த நஞ்சுத் தூளைத் தூவினாள்.

வலி தாங்க முடியாமல் குணாளன் தவித்தார்.

பின்னர் அவர் பார்வை முற்றிலுமாகப் போய்விட்டது. பாடலிபுத்திரத்தில் இருந்தே குணாளனைத் தந்திரமாக வெளியேற்றிவிட்டாள்.

மூன்றாண்டுகள் இவ்வாறு கடந்த நிலையில் ஒருநாள் மீண்டும் தனது மனைவி மற்றும் மகனுடன் பாடலிபுத்திரத்திற்கு வந்தார் குணாளன்.

ஆனால் அவரது வேறுபட்ட தோற்றத்தால் யாருக்கும் அடையாளம் தெரியவில்லை. அரண்மனைக்கு முன்பாக நின்று கொண்டு பாடல் ஒன்றை உரக்கப்பாடினார்.

தற்செயலாக அந்தப் பாடலைக் கேட்ட அசோகர் அதை வெகுவாக ரசித்தார்.

தனது காவலாளியை அழைத்து அந்தப் பாடலைப் பாடுகிறவரைப் பற்றி விசாரித்தார்.

"யாரோ ஒரு பார்வையற்றவன் பாட்டுப் பாடிப் பிச்சை எடுக்கிறான் மன்னா" என்றார் காவலாளி.

"அவன் பாடல் நன்றாக இருக்கிறது. இங்கே அழைத்து வா" என்றார்.

சற்று நேரத்தில் நைந்து கிழிந்த ஆடைகளுடன், அழுக்கான தோற்றத்தில் மன்னர் முன்பாக நிறுத்தப்பட்டார் குணாளன்.

"யாரப்பா நீ? நன்றாகப் பாடுகிறாய். உன் பாடல் என்னை வெகுவாக ஈர்த்துவிட்டது" என்றார் அசோகர்.

"நன்றி மன்னா!" என்றார் குணாளன்.

"உனக்கு ஏதாவது பரிசு தர விரும்புகிறேன். என்ன வேண்டும் என்று கேள்" என்றார்.

உடனே குணாளன், "தந்தையே! எனக்கு மௌரியப் பேரரசை ஆட்சி செய்யும் உரிமை வேண்டும்" என்றார்.

திடுக்கிட்டுவிட்டார் அசோகர்.

"யாரப்பா நீ? என் மகன் குணாளனா?!" என்று ஆச்சரியத்தில் கனகுரலில் கத்தினார் அசோகர்.

அப்புறம் மகனைக் கட்டியணைத்துக் குலுங்கக் குலுங்க அழுதார்.

"உன் கோரிக்கையை என்னால் ஏற்றுக்கொள்ள முடியாது

குணாளா. ஏனென்றால் பார்வையற்ற உன்னால் இந்த ராஜ்யத்தை ஆட்சி செய்ய முடியாது" என்றார்.

"தந்தையே! தாங்கள் தவறாக நினைத்துவிட்டீர்கள். நான் எனக்கு அரச பதவியைக் கேட்கவில்லை. என் மகனும் தங்கள் பேரனுமாகிய சம்ப்ரதிக்காகக் கேட்கிறேன்" என்றார்.

சம்ப்ரதி அப்போது ஐந்து வயதுப் பாலகன். இன்னும் பத்து அல்லது பதினைந்து ஆண்டுகளில் அவன் வளர்ந்துவிடுவான். அரசாட்சியை அவனுக்குக் கொடுக்கலாம் என்பது அசோகரின் எண்ணமாக அமைந்தது.

எனவே அப்போதே குணாளனுக்கு சம்மதம் தெரிவித்தார் சக்ரவர்த்தி அசோகர்.

இதனிடையே குணாளனின் பார்வையைப் பறித்தவர் அவரது மனைவி திவ்யரக்ஷா என்பது அப்போது வெளிப்பட்டது.

கொந்தளித்தார் அசோகர்.

இதனையடுத்து உடனடியாக அவளைத் தூக்கிலிட்டுக் கொல்லுமாறு உத்தரவிட்டார். அவ்வாறே தூக்கிலிடப்பட்டு திவ்யரக்ஷா கொல்லப்பட்டார்.

ஆனால் குற்றமிழைத்த உண்மை வெளியாகிவிட்டதை அறிந்த திவ்யரக்ஷா உடனடியாகத் தற்கொலை செய்து இறந்து போனதாகவும் கூறப்படுகிறது.

9 அசோகரின் மரணம்

இலங்கையில் புத்த மதம் தோன்றி, தழைத்தோங்கச் செய்வதாக அமைந்த தற்கு முக்கிய தொடக்கமே மகிந்திரா அந்நாட்டு மன்னர் தேவநம்பிய தீசனுட னான சந்திப்பே ஆகும்.

அத்துடன் நின்றுவிடாமல் இலங்கையை ஆட்சி செய்த மன்னர்கள் அனைவருமே புத்த தர்மத்தைத் தீவிர மாகக் கடைப்பிடித்தனர். ஏராளமான புத்த விகாரைகளையும், புத்த ஸ்தூபி களையும் நிர்மாணித்தனர்.

இதுபோன்று புத்த மதத்தை உலகம் முழுவதும் பரப்ப தனது முழுமுயற்சி களையும் செய்து வந்தார் அசோகர். ஏராளமான நன்கொடைகளை வாரிவாரி வழங்கினார்.

ஒருமுறை நன்கொடை விவரங்களைப் பற்றி உபகுப்தர் மற்றும் இதர புத்த துறவிகளுடன் பேசிக்கொண்டிருந்தபோது அனாதபிண்டாடா என்பவர் நூறு கோடி தங்க நாணயங்களை பாடலிபுத்திரத்தில் உள்ள 'குக்குடராமா' என்னும் புத்த விகாரத்திற்கு அன்பளிப்பாக வழங்கியது தெரியவந்தது.

இது மிகப் பெரிய பிரமிப்பையும் அதிருப்தியையும் ஏற்படுத்தியது. உடனே தான் அளித்த நன்கொடை எவ்வளவு என்று கணக்குப் பார்க்கச் சொன்னார் அசோகர்.

ஒரு தேசத்தின் மன்னர் என்கிற முறையில் தனது நன்கொடையே மற்றவர்களின் நன்கொடையைக் காட்டிலும் அதிகமாக இருக்க வேண்டும் என்று நினைத்தார்.

அசோகரின் சார்பில் வழங்கப்பட்ட நன்கொடை, அதனை விடவும் சற்று குறைவாக இருந்தது. அதாவது 96 கோடி தங்க நாணயங்கள்.

இது தெரியவந்ததும் அசோகருக்கு அதிர்ச்சியாக இருந்தது. இதனால் மன உளைச்சல் ஏற்பட்டது. அதைவிடக் கூடுதலாக இருக்க வேண்டும் என்று ஆசைப்பட்டு இன்னும் தங்க நாணயங்களை அன்பளிப்பாக வழங்க உத்தரவிட்டார்.

அத்துடன் நின்றுவிடாமல் தனது சொத்துக்கள், உடைமைகள் என்று அனைத்தையுமே புத்த சங்கத்திற்குத் தானமாக வழங்கினார் அசோகர்.

புத்த விகாரத்திற்குத் தினமும் ஏராளமான பொன்னை அள்ளி வழங்கினார். வெள்ளியாலான அனைத்துப் பொருட்களையும் தானமாக அள்ளிக் கொடுத்தார்.

இவ்வாறு அரண்மனையில் உள்ள அனைத்து உலோகத்தாலான பொருட்களையும் புத்த சங்கத்திற்கு அள்ளி வழங்கினார்.

அசோகரின் இந்தச் செயல்பாட்டினைக் கண்டு அமைச்சர்கள் கோபமடைந்தனர். வெறுப்புற்றனர்.

மதத்தை வளர்ப்பதாகக் கூறிக் கொண்டு ஊதாரித்தனமாகச் செயல்படுவதாகக்கூறி, மன்னர் தன்னைத் தானே அழித்துக் கொள்வதாக சினம் கொண்டனர்.

"இதே நிலை நீடித்தால் நாட்டின் நிலைமை என்னாகும்?" என்று ஒரு அமைச்சர் கவலையோடு கேட்டார்.

அசோகரின் அரண்மனை

"நாடு வறுமை நிலைக்குத் தள்ளப்படும்" என்று மற்றொருவர் துன்பம் மேலிடக் கூறினார்.

"அப்படிப்பட்ட நிலை ஏற்பட்டால்?"

"எதிரிகள் ஆனந்தக் கூத்தாடுவார்கள். இதுவே தக்க தருணம் என்று நினைத்து நம் நாட்டின் மீது போர் தொடுப்பார்கள். அப்போது அவர்களை எதிர்க்க போதிய பலமில்லாமல் நாம் தோற்று, அவர்களுக்கு அடிமையாகிவிடுவோம். மௌரியப் பேரரசு முடிவுக்கு வந்துவிடும்"

இவ்வாறாக அமைச்சர்கள் தங்களுக்குள் விவாதித்துக் கொண்டனர்.

கவலை அவர்களை ஆட்டிப் படைத்தது.

இதற்கு மாற்று வழி எதையாவது கண்டுபிடித்து நாட்டைக் காப்பாற்றியே ஆக வேண்டும் என்றும் அவர்கள் நினைத்தனர்.

அதற்கான திட்டத்தையும் வகுத்தனர்.

அப்போது அசோகச் சக்ரவர்த்தியின் மகன் குணாளனின் மைந்தன் சம்ப்ரதி என்பவர் அரியணை ஏறத் தகுதி உடையவராக ஓரளவுக்கு வளர்ந்திருந்தார். எனவே அவரிடம் இந்த விஷயங் களை விளக்கிக்கூறி, நாட்டின் நிர்வாகப் பொறுப்பை ஏற்கச் செய்தால் மட்டுமே நாட்டைக் காப்பாற்ற முடியும் என்று தீர்மானித்தனர்.

அப்படியே இளவரசர் சம்ப்ரதியிடம் போய் அசோகரின் ஊதாரித்தனமான செயல்பாட்டையும், அதனால் விளையப் போகும் பேராபத்தையும் விளக்கிக் கூறி, கஜானாவை அவர் பொறுப்பில் எடுத்துக் கொள்ளச் செய்தனர்.

இந்நிலையில் புத்த சங்கத்திற்கு அன்பளிப்பு வழங்க ஏதும் இல்லை என்ற நிலை ஏற்பட்டது. உடனே கருவூலத்தில் இருக்கும் பொருளை எடுத்துக் கொடுக்க விரும்பினார் அசோகச் சக்ரவர்த்தி.

கருவூலத்தைத் திறக்குமாறு அமைச்சர்களுக்கு உத்தர விட்டார். ஆனால் தாழ்ப்பாளைத் தருவதற்கு இளவரசர் மறுத்து விட்டார்.

ஏமாற்றமடைந்த மன்னர், கருவூலத்தில் உள்ள பொருட் களைப் பெற முடியாது என்பதைப் புரிந்து கொண்டார். எனவே தனது அறையில் உள்ள தங்கத் தட்டை விற்று சங்கத்திற்குத் தானம் அளித்தார்.

தேரில் பவனி வரும் அசோகர்

அப்புறம் மறுநாள் வெள்ளித் தட்டு.

அதன்பின்னர் வெண்கலத் தட்டு.

அதனையடுத்து இரும்புத் தட்டு.

இவ்வாறு அங்கிருந்த அத்தனை உலோகத்தாலான பொருட்களையும் விற்று புத்த சங்கத்திற்கு நன்கொடை வழங்கினார் அசோகர்.

இதனால் மன்னர் மீது கோபமும் ஆத்திரமும் அடைந்த அமைச்சர்கள், அவர் அறையை மண்ணாலான பொருட்களால் அலங்கரித்தனர்.

இதனைப் பார்த்த அசோகருக்கு ஏமாற்றமும், அவமானமும் ஏற்பட்டது. அமைச்சர்களை அழைத்தார்.

கடுமையான கோபத்தில் இருந்த அவர்களும் வெறுப்போடு அவரது ஆணைக்கு மரியாதை தரும்விதமாக அங்கே வந்து குழுமினர்.

"அமைச்சர்களே! உண்மையைச் சொல்லுங்கள். இந்த நாட்டிற்கு அரசர் யார்?" என்று உடைந்த குரலில் கேட்டார்.

"இதிலென்ன சந்தேகம் மாமன்னரே! நிச்சயமாகத் தாங்கள் தான் இந்த நாட்டின் மன்னர்" என்றனர் கோரஸாக.

"ஏன் பொய் சொல்கிறீர்கள்?" என்று அவர்களின் பதிலை நிராகரித்த அசோகச் சக்ரவர்த்தி, பின்னர் தேம்பித் தேம்பி அழுதார்.

"என் மீதுள்ள பாசத்தின் காரணமாக நீங்கள் இப்படிச் சொல்கிறீர்கள். இது எனக்கும் தெரியும். உங்கள் மனதிற்கும் தெரியும். அரசனுக்குரிய நெறிமுறைகளில் இருந்து நான் முற்றிலும் தவறிவிட்டேன். ஒரு அரசனுக்குரிய பொறுப்பை சரிவரக் கவனிக்காமல் இருந்துவிட்டேன். இதனால் அனைத்தையும் இழந்த நிலையில் உள்ளேன். தற்போது என்னிடம் இருப்பது இதோ இந்த ஒரு நெல்லிக்கனி மட்டுமே. கொடுப்பதற்கு வேறு எதுவுமே என்னிடம் இல்லை. புத்த சங்கத்திற்கு இன்று நன்கொடை வழங்க என்னிடம் எதுவுமே இல்லை. எனவே இந்த நெல்லிக்கனியை புத்த துறவிகளிடம் கொடுத்து அவர்களைப் பகிர்ந்து கொள்ளச் சொல்லுங்கள்" என்று கூறி நெல்லிக்கனியை அவர்களிடம் கொடுத்தார்.

பின்னர் தொடர்ந்து பேசிய அவர், "என்னுடைய அதிகாரம் அனைத்தும் பறந்து போய்விட்டது. மாபெரும் தேசத்தின் சக்ரவர்த்தியான எனக்கு வயதாகி விட்டது. உடல் நிலையும் மோசமாகி விட்டது. மரணம் எப்போது வேண்டுமானாலும் என்னை அழைத்துச் செல்லலாம். இந்நிலையில் எனக்கு ஆதரவாகவும், துணையாகவும் புத்த துறவிகளைத் தவிர யாருமே கிடையாது. மருத்துவர்கள்கூட எனக்கு சிகிச்சை அளிக்காமல் சென்றுவிட்டனர். இதனை புத்த துறவிகளிடம் விரிவாக எடுத்துக் கூறுங்கள்" என்றார் கண்களில் கண்ணீர் வழிந்தோட.

அமைச்சர்கள் இப்போது கோபம் தணிந்து வருத்தம் பொங்க அமைதியாக இருந்தனர்.

இப்போது மீண்டுமொருமுறை அவர்களிடம் அசோகர் கேட்டார், "இந்த நாட்டின் உண்மையான மன்னர் யார்?"

"நிச்சயமாகத் தாங்கள்தான் மன்னா" என்றனர் அமைச்சர்கள் மீண்டும்.

அசோகர் விரக்தியாகச் சிரித்தார்.

இதன்பின்னர் சில நாட்களில் அசோகரின் உண்மையான விசுவாசியாக விளங்கிய தலைமை அமைச்சர் ராதாகுப்தர் மரணம் அடைந்தார்.

இது மன்னரை வெகுவாகப் பாதித்தது.

தொடர்ந்து அவரது மனைவி உயிரிழந்தார்.

அதனையடுத்து புத்த துறவி உபகுப்தாவும் மரணத்தைத் தழுவவே, முற்றிலுமாகத் தளர்ந்து போனார் அசோகச் சக்ரவர்த்தி.

அரசராக முடிசூடி 37 ஆண்டுகள் மன்னராக, சக்ரவர்த்தியாக, பதவி வகித்த அசோகச் சக்ரவர்த்தி, கி.மு. 232ஆம் ஆண்டு மரணத்தைத் தழுவினார்.

அப்போது அவர் தட்சசீலத்திற்குச் சென்றிருந்தார்.

அங்கிருந்துதான் அவரது மரணச் செய்தி பாடலிபுரத்துக்கு வந்து சேர்ந்தது.

தலைநகரம் சோகத்தில் ஆழ்ந்தது.

அப்போது அவரது மகன் குணாளனும், பேரன் சம்ப்ரதியும் உஜ்ஜயினியில் இருந்தனர்.

அசோகரது மற்றொரு பேரன் தசரதா தான் இறுதி யாத்திரையை நடத்தினார்.

அசோகச் சக்ரவர்த்தியின் உடல் மயில் படம் பொறிக்கப் பட்ட மௌரியக் கொடியால் மூடப்பட்டு அலங்கரிக்கப் பட்டிருந்தது.

அரண்மனையின் உப்பரிகையில் உடல் வைக்கப்பட்டது.

பேரரசருக்கு இறுதி மரியாதை செலுத்துவதற்காக மக்கள் கூட்டம் அங்கே நிரம்பி வழிந்தது.

பின்னர் இறுதி யாத்திரை கிளம்பியது அசோகரின் உடல்.

கண்ணீர் அஞ்சலியோடு உடல் தகனம் செய்யப்பட்டது.

அவரது அஸ்தி காசியில் உள்ள கங்கை நதியில் கரைக்கப் பட்டது.

அறநெறி

புத்த மதத்தைப் பரப்புவதற்காகப் பல்வேறு இடங்களுக்கும் யாத்திரை மேற்கொண்டார் அசோகர். அப்படித்தான் ஒருமுறை நேபாளத்திற்கும் சென்றிருந்தார். அவரது வருகையை வரலாற்றில் இடம்பெறச் செய்வதற்காக நேபாளப் பள்ளத்தாக்கில் 'லலிதபாதன்' என்ற பெயரில் புதிய தலைநகர் ஒன்றை அமைத்தார்.

நேபாளத்தின் இன்றையத் தலைநகர் காட்மாண்டுவிற்குத் தென்கிழக்கே நான்கு கிலோ மீட்டர் தொலைவில் அந்த நகர் இன்றும் இருக்கிறது. அசோகர் வளர்த்த புத்த சமய நெறிகள் இன்றும் அங்கு கடைப்பிடிக்கப்பட்டு வருகிறது.

கொல்லாமை, பணிவுடைமை, வாய்மை போன்ற ஒப்பற்ற அறங்களோடு, நாட்டில் சமரச நிலை நிலவவும் அசோகர் அரும்பாடுபட்டார்.

அக்காலச் சமயச் சடங்குகளையும், அரண்மனைப் பெரு விழாக்களையும் முற்றிலுமாக அவர் வெறுத்தார். பிறந்த நாள் விழா முதல் நினைவு நாள் விழா வரை ஒருவரின் வாழ்நாளில் வந்து செல்லும் விழாக்களையும், அவற்றிற்காகப் பெரும் பொருள் செலவையும் கண்டு மனம் நொந்தார்.

ஒரு மனிதனின் உண்மையான கொடை அறம் என்றும், ஒருவன் தன்னுடன் வாழ்பவர்க்கு அறத்தைக் கற்றுத்தர வேண்டும் என்றும் கூறினார்.

அடிமைகள், பணி செய்வோர்களை அன்போடு நடத்த வேண்டும் என்றும், ஆசிரியர்களை வழிபட வேண்டும் என்றும் அறிவுறுத்தினார்.

பிற உயிர்களை மதித்துப் பேணுதல் அவசியம் என்றும் இவையே சிறந்த விழாக்கள் எனப்படுவதாகும் என்றும் வலியுறுத்தினார் அசோகர்.

தன் அரசியல் ஆணைகள் மூலம் தன் நாட்டு மக்களிடையே இவற்றைப் பரப்பிய அசோகர், தன் காலத்து மக்கள் பெறுவதைப் போல், வருங்கால மக்களும் இதன்மூலம் நன்மைகளை அடைதல் வேண்டும் என்றும் விரும்பினார்.

நாடெங்கும் உள்ள கற்பாறைகளில் இந்த நன்னெறிகளைப் பொறித்து வைத்தார். அவை பொறிக்கப்பட்ட ஒற்றைக் கற்களால் ஆன தூண்களை ஆங்காங்கே நட்டு வைத்தார்.

அவற்றைக் கால முறைப்படி எட்டு வகையாகப் பிரித்து வரிசைப்படுத்தி உள்ளார்கள் வரலாற்று ஆய்வாளர்கள்.

1. பாறைக் கல்வெட்டு ஆணைகள் பதினான்கு

இவை அசோகனின் அரசியல் கொள்கைகளையும், அறிவொழுக்க நெறிகளையும் விளக்குகின்றன. இவை அனைத்தும், தலைநகருக்கு வெகு தொலைவில் உள்ள எல்லைப்புற மாகாணங்களில் அமைக்கப்பட்டன.

2. கலிங்க நாடு குறித்த கல்வெட்டு ஆணைகள்

இவை புதிதாக வென்ற கலிங்க நாட்டில் நிலவ வேண்டிய அரசியல் முறைகளையும், அந்நாட்டின் எல்லைகளில் வாழும் காட்டு மக்கள் பால் காட்டவேண்டிய நெறி முறைகளையும் எடுத்து இயம்புகின்றன.

3. குகைக் கல்வெட்டுகள்

கயா மாவட்டத்தில் பராபர் என்னும் இடத்தில், ஆசீவக சமயத்தைச் சேர்ந்த நிர்வாண சந்நியாசிகள் வாழ்வதற்காக குகைகள் குடைந்து அவற்றை அவருக்கு உரிமையாக்கும் அசோகரின் ஆணை பொறிக்கப்பட்டுள்ளது.

4. தராயி கற்றூண் கல்வெட்டுகள்

புத்தர் யாத்திரை சென்ற புண்ணியத் தலங்களுக்கு அசோகர் சென்ற செய்தி கல்வெட்டுக்களில் பொறிக்கப்பட்டுள்ளன.

5. கற்றூண் அரச ஆணைகள் ஏழு

இவை முன்னர் கூறிய பாறைக் கல்வெட்டு ஆணைகளின் பிற்சேர்க்கை என மதிக்கும் வகையில் அவற்றில் கூறிய அனைத்தையும் மேலும் வற்புறுத்துகின்றன.

6. கற்றூண் அரச ஆணைகளின் தொடர் ஆணைகள்

இவ்வாணை அடங்கிய கல்வெட்டுக்களின் பொருள் இனிது விளங்காத வகையில், இவை பெரிதும் சிதைந்து காணப்படுகின் றன.

7. சிறுபாறைக் கல்வெட்டாணைகள்

அசோகர் ஆட்சியின்போது வெளியிடப்பட்ட சில அறிவிப்புகள் உள்ளன. அவை அனைத்தும் புரியாத புதிராகவே உள்ளன.

8. பாப்ரா அரச ஆணை

ஆட்சியின் இறுதிக் காலத்தில் துறவு நிலை மேற்கொண்ட அசோகர், ராஜபுதன மலைகளில் இருந்த ஒரு புத்தப் பள்ளியில் இருந்து புத்த மதத் துறவிகளுக்கு புத்தர் போதித்த ஒழுக்க நெறி கள் காணப்படுகின்றன. அசோகர் அறிவித்த அருள் அறநெறி முறைகளுக்கான ஆணை அடங்கியதாக இக்கல்வெட்டு அமைந்துள்ளது.

பாடலிபுரத்தில் அசோகச் சக்ரவர்த்தியின் ஆதரவில் மூன்றாவது பௌத்த மாநாடு நடந்தது. அது மொக்கல புத்திஸ்ஸ என்னும் பௌத்தத் துறவியின் தலைமையில் நடந்தது என்று இலங்கை நூல்களாகிய தீபவம்சம், மகாவம்சம் ஆகியவை குறிப்பிடுகின்றன.

அம்மாநாடு ஒன்பது மாதங்கள் தொடர்ந்து நடந்ததாக அதில் குறிப்பிடப்பட்டுள்ளது.

10 சரிந்து போன பேரரசு

அசோகச் சக்ரவர்த்தியின் மரணத்திற்குப் பிறகு மகதப் பேரரசின் சக்ரவர்த்தியாகும் உரிமை யாருக்கு என்பதில் பிரச்சனை ஏற்பட்டது.

சம்ப்ரதிக்குத்தான் பட்டம் உரித்தானது. ஏனென்றால் அவ்வாறுதான் வாக்களித்திருந்தார் அசோகர்.

ஆனால் சம்ப்ரதி சிறுவனாக இருந்தார். ஆனால் அவரை விட வயதில் மூத்தவரான மற்றொரு அசோகரின் பேரன் தசரதா. தனக்குத்தான் மகதப் பேரரசின் சக்ரவர்த்தியாகும் உரிமை உண்டு என்று வழக்கைத் தொடங்கினார்.

மௌரியப் பேரரசில் சாணக்கியருக்குப் பிறகு அவர் அளவிற்குத் திறமையும், மதிநுட்பமும் உடைய மகா மந்திரிகள் யாருமே இல்லை என்பதே அன்றைய நிலைமை.

எனவே இந்தப் பிரச்சனையை எப்படிச் சமாளிப்பது என்பது அப்போதைய அமைச்சர்கள் யாருக்கும் புரியவில்லை.

இந்நிலையில் அமைச்சர் ஒருவருக்கு ஒரு வித்தியாசமான யோசனை தோன்றியது.

மகத நாட்டைப் பிரித்து அவர்கள் இருவரிடமும் கொடுத்து விடுவது என்பதுதான் யோசனை.

இதனிடையே அசோகச் சக்ரவர்த்தி இறந்ததும் காஷ்மீரத்தைத் தனி நாடாக அறிவித்தார் அசோகரின் மற்றொரு மகன் ஜலுகா.

அதனை முன்னுதாரணமாகக் கொண்டு, தற்போதைய பிரச்சனையை முடிவுக்குக் கொண்டு வர இந்த யோசனையே சரியென்று ஏற்றுக் கொள்ளுமாறு நிர்ப்பந்திக்கப்பட்டது.

குணாளன் மற்றும் அசோகரின் பேரன்கள் தசரதா மற்றும் சம்ப்ரதியுடன் முக்கியஸ்தர்கள் பலரும் கூடியிருக்க அமைச்சர் ஒருவர் தனது சமரசத் திட்டத்தை அறிவித்தார்.

“ஒரு சாம்ராஜ்யத்தைக் கட்டி ஆள்வது என்பது அத்தனை எளிதானது கிடையாது. அதிலும் மகத நாட்டைப் போன்று மிகப் பெரிய சாம்ராஜ்யம் என்றால் மிகமிகக் கடினம்.

அசோகச் சக்ரவர்த்தியின் மூத்த மகன் மகேந்திரா புத்த பிட்சுவாக மாறி சமயத்தைப் பரப்பும் சேவையில் தீவிரம் காட்டி வருகிறார்.

எனவே அவர் மன்னராக வாய்ப்பே கிடையாது.

மற்றொரு மகன் ஜலுகா காஷ்மீரத்தைத் தனியாகப் பிரித்துக் கொண்டு ஆட்சி புரிய ஆரம்பித்துவிட்டார்.

காந்தாரம், விதர்பா நாடுகளும் நம்மை விட்டுப் பிரிந்து சென்றுவிட்டன.

கலிங்கத்தை மகாமேகவாகனா மன்னர் குடும்பம் நம்மிடம் இருந்து பறித்துக் கொண்டுவிட்டது.

மொத்தத்தில் தென்னாட்டில் நமக்கு என்று தற்போது எந்தப் பகுதியுமே இல்லை.

செல்வம் செழித்துக் கொழித்த நம் மகத நாடு, அசோகச் சக்ரவர்த்தியின் காருண்ய குணத்தால் பௌத்த மடாலாயங்களுக்கு தான தர்மம் செய்து கஜானா அனைத்தும் காலியாகிவிட்டது.

எனவே இருக்கிற பரப்பைப் பாதுகாப்பாக அரசாள வேண்டியதுதான் தற்போதைய அவசர அவசியம்.

எனவே மகத நாட்டை இரண்டாகப் பிரித்து இருவரிடமும் ஆட்சியை ஒப்படைக்கலாம்" என்றார் அந்த மூத்த அமைச்சர்.

அதைக் கேட்ட குணாளன், "பிரிப்பது என்றால் எப்படி?" என்று கேள்வி எழுப்பினார்.

"பாடலிபுத்திரத்தைத் தலைநகராகக் கொண்டு அதனருகே இருக்கும் பகுதிகளை தசரதா மன்னராக இருந்து ஆட்சி புரியட்டும். உஜ்ஜயினியைத் தலைநகராகக் கொண்டு அதனருகே உள்ள பகுதிகளை சம்ப்ரதி மன்னராக இருந்து ஆட்சி செலுத்தட்டும். அடுத்த சில ஆண்டுகளில் சம்ப்ரதி பெரியவனாக ஆகியதும் மொத்த பகுதியையும் அசோகர் வாக்களித்ததைப் போல சம்ப்ரதியே ஆளட்டும். அப்போது தசரதா தனது மன்னர் என்னும் உரிமையை சம்ப்ரதிக்கு விட்டுக் கொடுத்துவிட வேண்டும்' என்று யோசனை தெரிவித்தார்.

இந்த யோசனை குறித்து அந்த அரங்கம் தீவிரமாக விவாதித்தது.

நீண்ட நேர காரசார விவாதத்திற்குப் பிறகு இந்த யோசனை ஒருமனதாக ஏற்றுக்கொள்ளப்பட்டது. அசோகரின் பேரன்கள் இருவரும் அப்படியே ஆட்சி நடத்தியதாகக் கூறப்படுகிறது.

ஆனால் மற்றும் சில தகவல்கள் கி.மு. 232 முதல் 224ஆம் ஆண்டு வரை தசரதா மௌரியப் பேரரசின் சக்ரவர்த்தியாக இருந்து ஆட்சி செலுத்தினார் என்றும், அதன்பிறகு சம்ப்ரதி சக்ரவர்த்தியானார் என்றும் கூறுகின்றன.

தசரத மௌரியர்

இவரது ஆட்சிக் காலம் கி.மு. 232 முதல் 224 வரை என்று கூறப்படுகிறது. மௌரியப் பேரரசின் நான்காவது சக்ரவர்த்தி தசரதா. அசோகரின் பேரனான இவர் 224ஆம் ஆண்டு மரணமடைந்ததை அடுத்து அசோகரின் மற்றொரு பேரனான சம்ப்ரதி பட்டத்திற்கு வந்தார்.

அசோகரின் மறைவிற்குப் பின்னர் நீண்டகாலமாக மௌரியப் பேரரசில் அரசியல் நிலைத்தன்மை இல்லாமல் போயிற்று.

தசரத மௌரியர்

■■■■■■■■■

தசரத மௌரியரின் சித்தப்பாக்களில் ஒருவரான ஜலுகா என்பவர், வடமேற்கு மௌரியப் பேரரசின் காஷ்மீர நாட்டை தன்னாட்சியுடன் ஆட்சி செய்யத் தொடங்கினார்.

மௌரியப் பேரரசின் தென் பகுதிகளை சாதவாகனர்கள் கைப்பற்றினர். கிழக்குப் பகுதிகளை கலிங்கத்தின் மகாமேகவாகன் வம்சத்தினர் கைப்பற்றி ஆட்சி செய்தனர்.

மகதப் பேரரசின் தலைநகரப் பகுதிகளைத் தவிர, பேரரசின் தொலைதூரங்களில் உள்ள மௌரியப் பகுதிகளை தசரத மௌரியரால் புத்திசாலித்தனமாகத் தக்க வைத்துக் கொள்ள முடியவில்லை.

பௌத்த சமயத்தைப் பின்பற்றிய தசரத மௌரியர் தற்கால பீகார் மாநிலத்தின் ஜகானாபாத் மாவட்டத்தில் முக்தம்பூர் மலைப்பகுதியில் அமைந்துள்ள பராபர் குகைகளை ஆசீவக முனிவர்களுக்காக அர்ப்பணித்தார்.

இந்து புராணங்களின் படி தசரதனுக்குப் பின்னர் சம்ப்ரதி என்பவர் மௌரியப் பேரரசராகப் பட்டத்திற்கு வந்தார் என்று அறியப்படுகிறது.

சம்ப்ரதி

மௌரியப் பேரரசின் ஐந்தாம் சக்ரவர்த்தி சம்ப்ரதி என்று தெரிகிறது. இவர் கி.மு. 244 முதல் 215ஆம் ஆண்டு வரை மகத நாட்டை ஆட்சி செய்தார்.

அசோகரின் மகனான, கண்கள் குருடாக்கப்பட்ட குணாள னின் மகன் சம்ப்ரதி.

அசோகரின் பேரனான இவர் சமண சமயத்தைப் பின்பற்றி னார்.

சமண இலக்கியங்களின்படி பாடலிபுத்திரம் மற்றும் உஜ்ஜயினி ஆகிய நகரங்களைத் தலைநகராகக் கொண்டு சம்ப்ரதி ஆட்சி செய்தார்.

இவர் ஆந்திரா மற்றும் மைசூர் ராஜ்யங்களின் மீது போர் தொடுத்து மீண்டும் மௌரியப் பேரரசுடன் இணைத்துக் கொண்டார்.

சாலிஸ்கா

மௌரியப் பேரரசின் ஆறாவது பேரரசராகப் பதவி வகித்தவர் இவர்.

வீழ்ச்சியடைந்து கொண்டிருந்த மௌரியப் பேரரசை கி.மு. 215 முதல் கி.மு. 202 வரை ஆட்சி செய்த பெருமை இவருக்கு உண்டு.

விஷ்ணு புராணம் மற்றும் யுக புராணம் ஆகியவற்றில் மௌரியப் பேரரசர்களின் பட்டியலில் சாலிஸ்காவின் பெயர் காணப்படுகிறது.

ஆனால் வாயு புராணத்தில் சாலிஸ்கா என்னும் பெயர் இந்திரபாலிதா என்னும் பெயரால் குறிப்பிடப்பட்டுள்ளது.

தேவவர்மன்

தேவவர்மன் அல்லது தேவதர்மன் என்றும் அழைக்கப்பட்ட இவர் மௌரியப் பேரரசு வீழ்ச்சியடைந்து கொண்டிருந்த காலத்தில் சாலிஸ்காவிற்குப் பின்னர் அரியணை ஏறினார்.

மௌரியப் பேரரசின் ஏழாவது சக்ரவர்த்தியான இவர், கி.மு. 202 முதல் கி.மு. 195ஆம் ஆண்டு வரை ஏழு ஆண்டுகள் மௌரியப் பேரரசை ஆட்சி செய்தார்.

இவர் சாலிஸ்காவின் மகன் என்று அறியப்படுகிறார்.

சதாதன்வன்

சதாதன்வன் அல்லது சத்தாதனுஸ் என்று அழைக்கப்பட்ட இவர், மௌரியப் பேரரசின் எட்டாவது பேரரசர்.

புராணக் குறிப்புகளின் படி தேவவர்ம மௌரியருக்குப் பின்னர் ஆட்சிக்கு வந்தார். மௌரியப் பேரரசை கி.மு. 195 முதல் கி.மு. 187ஆம் ஆண்டு வரை ஆட்சி செய்தார்.

இவரது ஆட்சிக் காலத்தில் பல்வேறு மன்னர்களின் தொடர் படையெடுப்பு நிகழ்ந்தது. எனவே மௌரியப் பேரரசின் பகுதிகள் சுருங்கிப் போனது. தற்போதைய பீகார் மாநிலம் என்ற அளவிற்கு மகத நாடு சுருங்கிக் கொணப்பட்டது.

இவர் தேவவர்மனின் மகன் ஆவார்.

பிரகத்திரன்

சதாதன்வன் மகனான பிரகத்திரன் கி.மு. 187 முதல் கி.மு. 180ஆம் ஆண்டு வரை மௌரியப் பேரரசின் மன்னராக விளங்கினார். மௌரிய சாம்ராஜ்யத்தின் கடைசி மன்னராக இருந்தவரும் இவரே.

புராணக் குறிப்புகளின்படி மௌரியப் பேரரசர் சாதவதன்வனிற்குப் பின்னர் வந்த பிரகத்திர மௌரியர் ஏழு ஆண்டுகள் ஆட்சி புரிந்தார்.

அசோகர் காலத்திய மௌரியப் பேரரசின் நிலப் பரப்புகள் பிரகத்திரனின் ஆட்சிக் காலத்தில் மிகவும் குறைந்து தலைநகர் பாடலிபுத்திரம் அளவிற்கு மட்டுமே மௌரியப் பேரரசு என்னும் பரிதாப நிலையை அடைந்தது.

பிரகத்திரனின் ஆட்சி மக்கள் விரோத ஆட்சியாக மாறி இருந்தது.

எனவே பெரும்பாலான குடிமக்கள் மன்னர் மீது வெறுப்பை உமிழ்ந்து வந்தனர். குறிப்பாக மௌரியப் பேரரசுக்கு அவர்கள் ஆதரவாக இல்லை.

இதையறிந்த கிரேக்கர்கள் கி.மு. 180ஆம் ஆண்டு பாடலிபுத்திரம் மீது படையெடுத்து வந்தனர்.

கிரேக்க மற்றும் பாக்டீரியாவின் கிரேக்க மன்னர் முதலாம் தெமித்திரஸ், மௌரியப் பேரரசின் வடமேற்குப் பகுதிகளான தற்கால ஆப்கானிஸ்தான் மற்றும் பாகிஸ்தான் பகுதிகள் மீது முதலில் தாக்குதல் நிகழ்த்தினார்.

யுக புராணத்தின்படி யவனர்களின் படைத்தலைவர் தர்மமித்திரன் என்னும் தெமித்திரஸ், பிரகத்திரன் ஆண்ட மௌரியப் பேரரசின் பாஞ்சாலம், மதுரா, அயோத்தியா மற்றும் சகேதம் பகுதிகளைக் கைப்பற்றி சிறிது காலம் ஆட்சி செய்தார்.

எனினும் அவர்களால் பாடலிபுத்திரத்தை நெருங்க முடியாமல் இருந்தது.

இந்தச் சூழ்நிலையைப் பாடலிபுத்திரத்தில் உள்ள பிராமணர் கள் தங்களுக்குச் சாதகமாக்கிக் கொள்ள முயன்றனர்.

பிருகத்திரன் பௌத்த மதத்தைச் சேர்ந்தவர். புத்த மத வளர்ச்சிக்காக நிறைய பாடுபட்டார்.

அப்போது இந்து மதம் அடக்கி வைக்கப்பட்டிருந்தது.

அது பிராமணர்களுக்குப் பெரும் கோபத்தை வரவழைத்தது.

அந்தக் காலக்கட்டத்தில் மௌரிய வம்சமும் பலமிழந்த நிலையில் இருந்ததால் பிருகத்திரனைக் கொல்வதற்கு அவர்கள் திட்டமிட்டனர்.

பிரகத்திர மௌரியரின் தலைமைப் படைத்தலைவரும், பிராமணருமான புஷ்யமித்திர சுங்கன் என்பவர் கி.மு. 180ஆம் ஆண்டில் மௌரியப் பேரரசர் பிரகத்திரனை நயவஞ்சகமாகப் பின்னால் இருந்து கொன்றுவிட்டு மகத நாட்டில் சுங்க வம்சத்தை நிறுவினார்.

புஷ்யமித்திரன் காலத்தில்தான் 'மனுதர்மம்' உருவாக்கப் பட்டது. இந்து மதமும் அதன்பிறகு தழைத்தோங்கியது.

புஷ்யமித்திரர் பிம்பிசாரரின் வம்சத்தைச் சேர்ந்தவர் என்று கூறப்படுகிறது. ஆனால் அதேநேரத்தில் அவர் மௌரிய வம்சத்தைச் சேர்ந்தவர் என்று சொல்கிறார்கள்.

சுங்கர்கள் உஜ்ஜயினியில் இருந்து குடியேறி மௌரியப் படையில் பணியாற்றினார்கள்.

பாணபட்டர் எழுதிய ஹர்ஷ சரித்திரம் என்னும் வரலாற்று நூலில் பிரகத்திர மௌரியரை எவ்வாறு சுங்க வம்சத்து படைத்தலைவர் புஷ்யமித்திர சுங்கன் கொன்று மகத நாட்டைக் கைப்பற்றினார் என்ற விவரங்கள் காணப்படுகின்றன.

வடஇந்திய வரலாற்றில் மௌரியரது அரசு முதன்முதலில் ஒரு பெரிய நிலப்பரப்பினை உள்ளடக்கிய பேரரசாக விளங்கியது குறிப்பிடத்தக்கது.

அசோகரோடு மௌரிய மன்னர்கள் புத்த சமயம் சார்ந்தவர்களாகி விட்டதால் கௌதம புத்தர் மற்றும் மகாவீரர் போதனைகளில் காணப்படும் முக்கியமான கருணை மற்றும் அகிம்சை ஆகியவற்றைப் பின்பற்றுவோராக விளங்கினர். இதனால் அவர்களது ஆட்சியும் அதிகம் அறநெறி சார்ந்ததாகவே அமைந்தது.

11 முக்கிய அம்சங்கள்

மௌரிய சாம்ராஜ்யத்தின் சில முக்கிய அம்சங்களை நாம் கவனிக்க வேண்டியது அவசியமாகும்.

மௌரிய சாம்ராஜ்யத்தை நிறுவியவர் சந்திரகுப்த மௌரியர். இவர் கி.மு. 321 முதல் 297ஆம் ஆண்டு வரை 24 ஆண்டுகள் ஆட்சி செய்தார்.

அதுவரை ஆட்சி செய்துவந்த நந்த வம்சத்தின் கடைசி மன்னரான தன நந்தரை வீழ்த்தி பாடலிபுத்திரத்தைக் கைப்பற்றி மௌரியப் பேரரசை நிறுவினார்.

இவர் ஆட்சி அமைக்க முக்கிய ஆலோசகராகத் திகழ்ந்தவர் கௌடில்யர். இவரது இயற்பெயர் விஷ்ணுகுப்தர். சாணக்கியர் என்று அழைக்கப்படுகிறார்.

சந்திரகுப்தரின் ஆட்சிக் காலத்தில் நகர அதிகாரிகள் அஷ்டினோமோய் என்றும், மாவட்ட அதிகாரிகள் அக்ரோனோமோய் என்றும் அழைக்கப்பட்டனர்.

இவர் ஆட்சிக்காலத்தில் வருகை தந்த கிரேக்க தூதுவர் மெகஸ்தனிஸ். இவர் எழுதிய புத்தகம் 'இன்டிகா.'

சந்திரகுப்த மௌரியரின் மகன் பிந்துசாரர். கி.மு. 297 முதல் 293ஆம் ஆண்டு வரை மௌரியப் பேரரசின் சக்ரவர்த்தியாகப் பதவியில் இருந்தார்.

இவரது ஆட்சிக் காலத்தில் தென்னாட்டில் மைசூர் வரை மௌரிய சாம்ராஜ்யத்தின் எல்லையை அதிகரித்தார்.

பிந்துசாரரின் ஆட்சிக் காலத்தில் அங்கு தாரநாதர் என்னும் திபெத்திய புத்த துறவி வருகை தந்தார்.

பிந்துசாரரின் மகன் அசோகர். எதிர்காலத்தில் மிகப்பெரிய மன்னராவார் என்று இவரைக் கணித்தவர் பிங்கலவாத்ஸா.

அசோகர் கி.மு. 269 முதல் கி.மு. 232ஆம் ஆண்டு வரை ஆட்சி செய்தார். இவர் தமது கல்வெட்டுகளில் 'தேவனாம் பிரியதர்ஷன்' என்றே தனது பெயரைப் பதிவு செய்துள்ளார்.

இவரது வாழ்க்கை மற்றும் சாதனைகளைப் பற்றி எழுதப் பட்ட நூல்கள் தீபவம்சா மற்றும் மகாவம்சா.

கலிங்கத்தின் மீதான போரில் வெற்றி பெற்றாலும் போரில் கொல்லப்பட்டவர்களைப் பார்த்து மனம் மாறி அகிம்சையைக் கடைப்பிடித்தவர் அசோகர். புத்த மதத்தைத் தழுவினார்.

இவர் புத்த மதத்தைத் தழுவுமாறு செய்தவர் புத்த துறவி உபகுப்தர்.

அசோகரின் இரண்டாவது மகள் சாருமதி. நேபாளத்தைச் சேர்ந்த ஓர் சத்திரிய வீரரான தேவபாலாவைத் திருமணம் செய்து கொண்டார்.

அசோகர் ஆட்சிக் காலத்தில் பயன்படுத்தப்பட்ட முக்கிய மொழி 'ப்ரக்ரித்'. இது மட்டுமல்லாமல் கிரேக்கம் மற்றும் அரபு மொழிகளும் பயன்படுத்தப்பட்டன.

அசோகரின் முக்கியப் பிரகடனங்கள் பதினான்கு. அதில் அவரது கலிங்கப் போர் பற்றி பதின்மூன்றாம் பிரகடனம் விவரிக்கிறது.

அசோகரின் கல்வெட்டுகளில் உள்ள பிரகடனங்களை முதலில் புரிய வைத்தவர் ஆங்கிலேயரான ஜேம்ஸ் ப்ரின்செப்.

மத்திய பிரதேசத்தில் உள்ள சாஞ்சி மற்றும் உத்திர பிரதேசத்தில் உள்ள சாரநாத் ஆகியவைதான் முக்கிய அசோகரின் தூண்கள் இருக்கும் இடங்களாகும்.

அசோகரால் நிறுவப்பட்ட சாஞ்சியில் உள்ள அசோகத் தூண் 77.5 அடி உயரமும், 121.5 அடி விட்டமும் உடையது.

மக்கள் அன்றாடம் கடைப்பிடிக்க வேண்டிய விதிமுறையை 'தம்மா' என்று அசோகரது புத்தகங்கள் குறிப்பிடப்பட்டுள்ளது.

ஓர் அரசாங்கத்தின் முக்கிய அம்சங்கள் என்னவென்று சாணக்கியர் அற்புதமாக விளக்கியுள்ளார்

1. ஸ்வாமின் - மன்னர்
2. அமத்யா - அமைச்சர்கள் மற்றும் அதிகாரிகள்
3. ஜனபதா - எல்லையும் மக்களும்
4. துர்கா - கோட்டை
5. கோசா - கருவூலம்
6. பலா - இராணுவம்
7. மித்ரா - நட்பும் நண்பர்களும்.

மௌரியர் ஆட்சியின்போது ஒருவரை பதவிக்கு அமர்த்துவதற்கு முன்பாக நான்கு வகையான சோதனைகள் நிகழ்த்தப்பட்டன.

1. தர்மோபாத சுத்தா - நீதித்துறைக்குப் பணி அமர்த்தும் முன் ஆன்மீக சிந்தனைகள்.

2. அர்த்தோபாத சுத்தா- வருவாய்த்துறைக்குப் பணி அமர்த்தும் முன் பொருளாதாரம் மற்றும் நிதி அறிவு பற்றிய சோதனை.

3. காமோபாத சுத்தா - இன்பம் சார்ந்த பணிக்கு, இன்பம் சார்ந்த அறிவு சோதனை.

4. பயோபாத சுத்தா - வீரம் சார்ந்த பணிக்கு, பயம் சார்ந்த சோதனை.

மௌரியர்களின் ஆட்சியில் நிர்வாக அதிகாரிகள் மற்றும் இதர நிர்வாகிகளின் பெயர்கள் என்ன தெரியுமா?

சம்ஹர்தா	-	வருவாய்த்துறை அதிகாரி
அக்ஷாபதல்	-	கணக்காய்வுத் தலைவர்
பிண்டாகரா	-	கிராமங்களில் வசூலிக்கும் வரி
சேனாபக்தம்	-	இராணுவத் தண்டனை வரி
சன்னிதாத்தா	-	கருவூல அதிகாரி
கோஷ்டகாரா	-	அரசு சொத்து காப்பறை
சேனாதிபதி	-	இராணுவ முக்கிய அதிகாரி
பாதத்யாக்ஷா	-	தரைப் படை
அஸ்வத்யாக்ஷா	-	குதிரைப் படை
ஹஸ்தத்யாக்ஷா	-	யானைப் படை
ரதத்யாக்ஷா	-	தேர்ப் படை
நவத்யாக்ஷா	-	கடற் படை
ஆயுதகாராத்யாக்ஷா	-	ஆயுதக் கிடங்கு
மௌலா	-	வம்சாவளி வீரர்கள்
ப்ரிடகாஸ்	-	கூலிப்படை
அடாவிலாவாஸ்	-	பழங்குடிப் படை
மித்ரவாலா	-	நட்புதவிப் படை
தர்மாஸ்தியா	-	உரிமையியல் நீதிமன்றம்
கண்டக சோதனாஸ்	-	குற்றவியல் நீதிமன்றங்கள்
தர்மாதிகாரின்	-	தலைமை நீதிபதி
ராஜசாசனா	-	ராஜ்யப் பிரகடனங்கள்
பந்தநகரா	-	சிறைச்சாலை
சரகா	-	காவல் நிலைய சிறை
ஸ்தானியா	-	காவல் நிலையம்
பந்தாநகரா த்யாஷா	-	சிறைச்சாலை அதிகாரி
குதாபுருஷா	-	ஒற்றர்கள்
விஷகன்யா	-	பெண் ஒற்றர்கள்

நிஸ்ரிஷ்டர்த தூதா	-	தூதுவர்
சசன்ஹாரா தூதா	-	பிரத்யேக் தூதர்
த்வாரிகா	-	பிரத்யேக் தூதர்
வஹிபாதா	-	சாலை கட்டுமானம்
பன்யபட்டனா	-	கடை வீதி
ரஜூகா	-	மாவட்ட ஆணையர்
யுக்தா	-	அரசு இடைமட்ட அதிகாரிகள்
கோபா	-	கோப்புகள் காப்பகம்
ஸ்தானிகா	-	வரிவசூல் மையம்
கிராமணி	-	கிராமத் தலைவர்
நகரிகா	-	நகரத் தலைவர்

கௌடில்யர் எழுதிய அர்த்தசாஸ்திரம் 15 பகுதிகளைக் கொண்டது. இதில் 150 அத்யாயங்கள், 180 தலைப்புகள், 6 ஆயிரம் பாடல்கள், 380 ஸ்லோகங்கள் ஆகியவை உள்ளன.

அமைச்சர்களின் விசுவாசத்தைப் பரிசோதித்தல், தொழில் களுக்கும் சந்தைகளுக்கும் அதிகாரிகளை நியமித்தல், விவசாயத் துக்கு தனியாக அதிகாரியை நியமித்தல் போன்றவை அர்த்த சாஸ்திரம் கூறும் முக்கிய நிர்வாக முறை. இது மௌரியர் ஆட்சிக் காலத்துப் பிரகடனமாகவும் இருந்தது.

அர்த்த சாஸ்திரம் நூலை 1915ஆம் ஆண்டு ஆங்கிலத்தில் முதன்முதலாக மொழி பெயர்த்தவர் மைசூரைச் சேர்ந்த டாக்டர் ஆர். ஷாமா சாஸ்திரி.

அசோகர் புத்த மதத்தைப் பரப்புவதற்காக மேற்கொண்ட யாத்திரைகளைப் பற்றி விவரிக்கும் நூல் திவ்யவதனா.

மேற்கில் உள்ள பகுதிகளை நிர்வகிப்பதற்காக அசோகச் சக்ரவர்த்தியால் நியமிக்கப்பட்டவர் பாரசீக நாட்டைச் சேர்ந்த துசாப்பா.

மௌரிய ஆட்சிக் காலத்து வெள்ளி நாணயங்களில் மயில் தலையில் பிறை சின்னம் காணப்பட்டது

மௌரியர் காலத்தில் பணத்தின் பெயர் 'பானா'..

மௌரியர் காலத்தில் மன்னர்களின் தேரில் வெள்ளை நிறத்தாலான கொடி பறந்தது.

கர்நாடகாவின் ப்ரம்மகிரி என்னும் இடத்தில் உள்ள ஒரு சிறிய கல்வெட்டு ஒன்றில் (கல்வெட்டு எண் 2) மட்டும்தான் தனது பெயரை 'அசோக ராஜா' என்று குறிப்பிட்டுள்ளார் அசோகச் சக்ரவர்த்தி.

அதேபோல பஞ்சாப் மாநிலத்தின் பாப்ரா கல்வெட்டில் மட்டுமே தன்னை 'மகத ராஜா' என்று அசோகர் குறிப்பிட்டுள் ளார்.

சாணக்கியரின் நேர்மை

ஒருநாள் அரசவைக் கூட்டம் நடைபெற்றுக் கொண்டிருந் தது. சாணக்கியர் தலைமை அமைச்சர் என்ற முறையில் எழுந்து, "மன்னா! நம் மக்களில் பலர் ஏழ்மை நிலையில் கடுங்குளிரால் வாடுகிறார்கள். அவர்களுக்கு அரசு செலவில் கம்பளிப் போர்வை கொடுத்து உதவ வேண்டும்" என்றொரு வேண்டுகோள்விடுத்தார்.

"தங்கள் கருத்தை வரவேற்கிறேன். எல்லா ஏழை எளிய மக்களுக்கும் கம்பளிப் போர்வை வழங்க ஏற்பாடு செய்கிறேன். அந்தப் பொறுப்பைத் தங்களிடமே ஒப்படைக்கிறேன்" என்றார் மன்னர் சந்திரகுப்த மௌரியர்.

அதன்படியே ஏழைகளுக்கு வழங்க வேண்டிய கம்பளிப் போர்வைகளை சாணக்கியர் வீட்டிற்கு அனுப்பி வைத்தார் சந்திரகுப்தர்.

அப்போது சாணக்கியர் ஆடம்பரம் இல்லாத சாதாரண வீட்டில் வசித்து வந்தார். கம்பளிப் போர்வை பற்றிய விஷயம் அந்த ஊர் கொள்ளையர்களுக்குத் தெரியவந்தது. கம்பளிப் போர்வைகளைத் திருடி விற்றால் நிறைய பணம் கிடைக்கும் என்று அவர்கள் திட்டமிட்டார்கள்.

குளிர்காலம்.

நள்ளிரவு.

சாணக்கியர் வீட்டிற்கு மூன்று கொள்ளையர்கள் சென்றனர். அங்கு கம்பளிப் போர்வைகள் விதவிதமாக மலைபோல் குவிக்கப் பட்டிருந்தன.

சற்றுத் தள்ளி ஒரு கிழிந்த கம்பளியைப் போர்த்திக்

கொண்டு சாணக்கியர் படுத்திருந்தார். பக்கத்தில் அவரது வயதான தாயாரும் ஒரு பழைய கிழிந்த போர்வையைப் போர்த்திக் கொண்டு படுத்திருந்தார்.

அதைப் பார்த்த திருடர்களுக்கு ஆச்சரியமாக இருந்தது.

திருட வந்ததை மறந்தனர். எவ்வளவு பெரிய பதவியில் இருக்கும் இவர் வாய்ப்பிருந்தும் அதை அனுபவிக்காமல் இப்படி எளிமையாகக் காணப்பட்டது அவர்களை ஆச்சரிய அதிர்ச்சியில் ஆழ்த்தியது.

தூங்கிக் கொண்டிருந்த சாணக்கியரை எழுப்பினார்கள்.

திடுக்கிட்டுக் கண் விழித்த சாணக்கியர் திகைத்தார்.

எதிரே மூன்று திருடர்கள்.

அவர்களில் ஒருவன், "ஐயா! நாங்கள் உங்கள் வீட்டில் உள்ள கம்பளிகளைத் திருட வந்தோம். இவ்வளவு புதிய கம்பளிகள் குவிந்திருக்கும்போது நீங்களும், உங்கள் தாயாரும் கிழிந்து போன பழைய கம்பளியைப் போர்த்திக் கொண்டிருக்கின்றீர்களே... இவற்றில் இரண்டை எடுத்து பயன்படுத்தக்கூடாதா?" என்று கேட்டான்.

அதற்கு சாணக்கியர், "அவை எங்களுக்குச் சொந்தமானவை அல்ல. ஏழை எளிய குடிமக்களுக்கு வழங்கப்படவிருக்கும் அரசாங்கப் பொருள்கள். அவற்றை எப்படி என் உபயோகத்துக்கு பயன்படுத்த முடியும்?" என்று திருப்பிக் கேட்டார் சாணக்கியர்.

திருடர்கள் சாணக்கியரின் கால்களில் விழுந்து வணங்கினார் கள்.

"எங்களை மன்னித்து விடுங்கள். இனி பிறருக்குச் சொந்த மான பொருள்களைத் திருடவே மாட்டோம்" என்று சத்தியம் செய்தார்கள்.

திருஞானசம்பந்தரும் மெகஸ்தனிஸூம்

சந்திரகுப்த மௌரியரின் ஆட்சிக் காலத்தில் கிரேக்கத் தூதராக இந்தியாவிற்கு அனுப்பப்பட்டவர் மெகஸ்தனிஸ். இவர் இந்தியாவைப் பற்றிய அரிய பல தகவல்களைக் குறித்து வைத்துள்ளார். பின்னர் அது 'இன்டிகா' என்ற தலைப்பில் புத்தகமாக வெளிவந்துள்ளது.

இன்டிகா புத்தகத்தில் அவர் தெரிவித்துள்ள அதிசய, நம்ப

முடியாத தகவல்கள் பல திருஞானசம்பந்தரின் தேவாரப் பாடல்களிலும் இடம்பெற்றுள்ளது குறிப்பிடத்தக்கது.

இந்தியாவில் இருக்கும் சில அதிசயமான விலங்குகளைப் பற்றித் தனது புத்தகத்தில் மெகஸ்தனிஸ் குறிப்பிட்டுள்ளார். 'Some of wild beasts of india' என்ற பகுதியில் 'பறக்கும் பாம்பு, மனிதனைப் போன்றே அச்சு அசலாக, ஆனால் நீண்ட வாலுடன் இருக்கும் குரங்குகள்' போன்ற சில வித்தியாசமான விலங்குகளைப் பற்றிக் குறிப்பிட்டுள்ளார்.

மேலும் ஒரு குதிரை இனத்தைப் பற்றியும் அவர் தெரிவித்துள்ளார். அதாவது அந்தக் குதிரை இனத்திற்குத் தலையில் ஒற்றைக் கொம்பு இருந்ததாகவும், மிக உயரமாக இருந்ததால் அதை நிமிர்ந்து பார்க்கக் கூடியதாகவும் இருந்ததாக கூறியுள்ளார்.

அத்துடன், ஒற்றைக் காலில் நிற்கும் மனிதர்கள், நீண்ட காதுகளை உடைய மனிதர்கள், நெற்றியில் கண் உடையவர்கள், வாய் இல்லாதவர்கள், காது இல்லாதவர்கள் என்று இன்னும் நம்பவே முடியாத பலவகையான மனிதர்கள் இருந்ததாகத் தனது இன்டிகா நூலில் மெகஸ்தனிஸ் எழுதியுள்ளார்.

தேவாரம் பாடிய திருஞானசம்பந்தரும் இந்த அதிசயங்களைப் பற்றித் தமது திருக்கேதாரம் பகுதியில் குறிப்பிட்டுள்ளது ஆச்சரியம் அளிக்கிறது.

பதிகத்தின் இரண்டாம் திருமுறையில் நான்காம் பாடலும் இதனை தெளிவாக விளக்குகிறது.

உள்ளமிக்கார் குதிரை
முகத்தார் ஒருகாலர்கள்
எள்கலில்லா இமையோர்கள்
சேரு மிடமென்பரால்
பிள்ளைதுள்ளிக் கிளைபயில்வ
கேட்டுப் பிரியாதுபோய்க்
கிள்ளையேனற் கதிர்கொணர்ந்து
வாய்ப்பெய்யுங் கேதாரமே.

ஒன்றிய சிந்தையராய் உள்ளவர்களும், குதிரை முகம் கொண்டு விளங்கும் கின்னரர்களும், ஒற்றைக் காலில் நின்று

தவம் செய்பவர்களும், பழியற்றுச் சிறப்புடன் மேவும் தேவர்களும் ஈசனைப் பரவுதல் செய்வதற்குச் சேரும் இடமாவது, கிளிகள் நற்கதிர்களைக் கொண்டு வந்து தம் குஞ்சுகளுக்கு வாயில் ஊட்டும் கேதாரம் ஆகும்.

கேதார் தலத்தின் அழகியலை அற்புதமாகப் பாடியுள்ள திருஞானசம்பந்தர், ஒரு கால் மட்டுமே உடையவர்கள் யார் என்பதையும், குதிரை முகம் முகம் கொண்ட கின்னரர்களையும் தெளிவாக்கி உள்ளார்.

கின்னரர்கள் என்றால் யார்?

இந்து புராணங்களின்படி இடுப்பிற்குக் கீழ் பறவை உருவமும், இடுப்பிற்கு மேல் மனித உருவமும் கொண்ட ஆண் மற்றும் பெண் பாலினத்தைச் சேர்ந்தவர்கள். இவர்களைப் பற்றிய குறிப்புகள் பௌத்த சமயத்திலும் உண்டு. கின்னரர்கள் ஆடற் கலையில் வல்லவர்கள். இந்து மற்றும் பௌத்த வழிப்பாட்டுத் தலங்களில் கின்னரர்களின் உருவச்சிலைகளும், புடைப்புச் சிற்பங்களும், ஓவியங்களும் காணப்படுகின்றன.

இமயமலையின் சிவாலிக் குன்றுகளின் அடிப்பகுதியில் அமைந்துள்ளது பீகார், இந்த சிவாலிக் குன்றுகள் பகுதியில்தான் திருக்கேதாரம், அநேகதங்காவதம், இந்திரநீல பருப்பதம், கயிலாயம் போன்ற வடநாட்டுப் பாடல்பெற்ற தலங்களும் அமைந்துள்ளன

தற்காலத்தில்கூட இந்தப் பகுதிகள் மனிதர்கள் எளிதாகச் செல்ல முடியாத அளவிற்கு அடர்ந்த வனப்பகுதி நிறைந்ததாக இருக்கிறது. அப்படியென்றால் கி.மு.வில் இன்னும் பயங்கரமான பகுதியாகத்தான் இருந்திருக்கும்.

அன்றைய காலக்கட்டத்தில் இதைப் போன்ற மனிதர்கள் யாரேனும் அங்கே இருந்திருப்பதை மெகஸ்தனிஸ் பார்த்திருக்க லாம். அல்லது கேள்விப்பட்டிருக்கலாம்.

திருமுறை உரைகள் இவர்களை தேவ சாதியர்களில் ஒருவர் என்று குறிப்பிடுகின்றது, ஆனால் மெகஸ்தனிஸ் காட்டுவாசிகள் என்று குறிப்பிடுகின்றார்

“சில வரலாற்று ஆய்வாளர்களோ இவ்விதமான மக்கள் வாழ்ந்திருக்க இயலாது, இது மெகஸ்தனிஸின் கற்பனை அல்லது கட்டுக்கதை” என்கின்றனர்.

ஆனால் பதிகங்கள் பல பாடிய ஞானசம்பந்தரோ

கேதாரத்தில் குதிரை முகம் உடைய மனிதர்கள் இருந்ததாகத் தனது பாடலில் கூறியுள்ளார்.

கேதாரமும் பாடலிபுத்திரமும் ஏறத்தாழ அருகருகே உள்ள பகுதியாகும்.

எனவே ஞானசம்பந்தரும் மெகஸ்தனிஸும் தெரிவித்துள்ள இந்த அதிசயத் தகவல்கள் உண்மையாகத்தான் இருக்க வேண்டும் என்று தோன்றுகிறது.

நெற்றியில் கண் உடையவர்களைப் பார்த்ததாக மெகஸ்தனிஸ் குறிப்பெழுதி வைத்துள்ளார்.

சேக்கிழார் அருளிய பெரியபுராணத்தின் பன்னிரெண்டாம் திருமுறை 'திருமலைச் சிறப்பு' பகுதியின் பதினோறாவது பாடலைப் பார்க்கலாம்.

நெற்றியிற் கண்ணர் நாற்பெருந் தோளர்
நீறணி மேனியர் அநேகர்
பெற்றமேல் கொண்ட தம்பிரான் அடியார்
பிஞ்ஞகன் தன்அருள் பெறுவார்

ஆக நெற்றியில் கண்ணர் என்று பெரியபுராணத்தில் சிவபெருமானைக் குறிப்பிட்டிருந்தாலும் மெகஸ்தனிஸ் அப்படிப் பட்ட மனிதர்களைப் பார்த்ததாகக் குறிப்பிட்டிருப்பதால் நம்மின் ஆச்சரியம் உண்மையாக இருக்கலாம் என்றே எண்ணத் தோன்றுகிறது.

பெரிய காதுகள், மூக்கு இல்லாத மனிதர்களைக் கண்டதாக மெகஸ்தனிஸ் கூறியுள்ளார்.

சேக்கிழார் அருளிய பெரியபுராணத்தின் முதற்காண்டத்தில் திருமலைச் சருக்கம் பதினாறாவது பாடலைப் பார்க்கலாம்.

நீடு தேவர் நிலைகளும் வேண்டிடின்
நாடும் ஐம் பெரும் பூதமும் நாட்டுவ
கோடி கோடி குறட்சிறு பூதங்கள்
பாடி ஆடும் பரப்பது பாங்கெலாம்

தேவர்களின் நீடிய பதவிகளையும், ஐம்பொறிகளாலும் நாடுதற்குரிய ஐம்பெரும் பூதங்களையும், தாம் விரும்பின் தம் வயத்தவாக நிலை நிறுத்த வல்லமை உள்ள குறுகிய வடிவினை

உடைய சிறிய சிவபூத கணங்கள் எண்ணற்றனவாய்ப் பாடியும், ஆடியும் திருக்கயிலை மலையின் உள்ள பரந்த இடங்களில் எல்லாம் மகிழ்ந்து நிற்கும்.

சிவபெருமானுடன் வரும் பூதகணங்கள் காது நீண்டு, கழுத்து நீண்டு, மூக்கு இல்லாது, வாய் இல்லாது என்று பலவகையாகக் காணப்பட்டன என்றுதான் இந்து சாஸ்திரம் சொல்கிறது.

ஒருவேளை உண்மையாகவே அப்படிப்பட்ட பூதகணங்களை அவர் பார்த்திருக்கக்கூடும் என்று நம்பப்படுகிறது.

இந்த ஆய்வுகள் எந்த அளவிற்கு உண்மை என்பது தெரியாவிட்டாலும் சிந்திக்க வைக்கிறது என்பது மட்டும் உண்மை.

ஒன்பது புத்தகங்கள்

கலிங்கத்துப் போர் நடந்த போர்க்களத்தைப் பார்த்த அசோகச் சக்ரவர்த்தியின் மனதில் பெரும் மாற்றம் ஏற்படுகிறது. இனிமேல் போரே வேண்டாம் என்று முடிவுக்கு வந்தார்.

புத்த மதத்திற்கு மாறினார். அந்த மதத்தைப் பரப்புவதில் நாட்டம் உடையவராகத் திகழ்ந்தார்.

இவ்வாறு போரினால் வரும் இன்னல்களை உணர்ந்து அஹிம்சைக்கு மனம் மாறிய அசோகர் போரினால் ஏற்படும் அறிவு சார்ந்த அழிவுகளையும், அறிவு மற்றும் தொழிநுட்பம் சார்ந்தவைகளும் தீயவர்களின் கைகளில் சென்றடைந்தால் உலகம் பேராபத்தில் சென்று முடியும் என்று யோசித்தார்.

இதையடுத்து அவருக்கு ஒரு அபூர்வ யோசனை தோன்றியது. உலகில் உள்ள அறிவு சார்ந்த தகவல்கள் அனைத்தையும் துறைவாரியாகப் புத்தகமாக மாற்றினார்.

இவ்வாறு மொத்தம் ஒன்பது துறைகளும், அதற்கான ஒன்பது புத்தகங்களையும் தயாரித்தார். அந்த ஒன்பது புத்தகங்களையும் தனக்கு நம்பிக்கையான ஒன்பது ஆண் நபர்கள் அடங்கிய இரகசியக் குழுவிடம் ஒப்படைத்தார்.

மேலும், அந்த ஒன்பது நபர்கள் யாரென்று தன்னைத் தவிர யாருக்கும் தெரியாமல் அசோகர் ரகசியமாக வைத்திருந்தார். முக்கியமாக அந்த ஒன்பது பேர்களுக்குமே ஒருவரை ஒருவருக்குத் தெரியாது.

ஒன்பது ரகசியக் குழு

அசோகர் அவ்வாறு தயாரித்த புத்தகங்கள் என்னென்ன தெரியுமா?

1. உளவியல் போர்
2. உடலியல் போர்
3. நுண்ணுயிரியல் போர்
4. தகவல் தொடர்பு மற்றும் வேற்றுக்கிரகவாசிகளுடன் தொடர்பு
5. புவிஈர்ப்பு மற்றும் எதிர்ப்பு ஈர்ப்பு விசை
6. அண்டவியல் மற்றும் நேரப் பயணம்
7. ரசவாதம்
8. சமூகவியல்
9. ஒளி

எனினும் பல நூற்றாண்டுகளைக் கடந்தும் இந்த ஒன்பது பேர்களும் என்ன ஆனார்கள், அவர்களிடம் உள்ள புத்தகங்கள் என்ன ஆனது என்ற கேள்விக்குப் பதிலே இல்லை. அதுகுறித்த மர்மங்கள் விலகாமலேயே இருக்கிறது.

டால்போர் முண்டி என்பவரால் 1923ஆம் ஆண்டு எழுதப் பட்ட 'த நைன் அன்நோன்' என்னும் நாவலில் அசோகரின் இந்த ஒன்பது இரகசியங்கள் அடங்கிய ஒன்பது புத்தகங்களைப் பற்றி விவரிக்கப்பட்டுள்ளது.

ஆனாலும் இந்தப் புத்தகங்கள் இன்னும் எங்கே இருக்கின்றன என்பது பற்றி எதுவுமே தெரியவில்லை.

www.ingramcontent.com/pod-product-compliance
Lightning Source LLC
LaVergne TN
LVHW060627051026
849519LV00002B/792
* 9 7 8 9 3 8 7 6 5 5 9 7 3 *